இளம்பிறை

நாகப்பட்டினம் மாவட்டம், சாட்டியக்குடி என்ற கிராமத்தைச் சேர்ந்த இளம்பிறை, 2000ஆம் ஆண்டிலிருந்து சென்னையில் வசித்து வருகிறார். முதுகலை தமிழ் இலக்கியமும் இளங்கலை கல்வியியலும் பயின்றுள்ள இவர், அரசுப் பள்ளியொன்றில் தலைமையாசிரியராகப் பணியாற்றி வருகிறார். இளம்பருவத்திலிருந்தே தொடர்ந்து எழுதிவரும் இளம்பிறை, தனது கவிதைகளுக்காக தமிழக அரசின் முதல் பரிசு, காலச்சுவடு பெண் படைப்பாளிகள் பரிசு, திருப்பூர் தமிழ்ச்சங்க விருது, களம் இலக்கிய விருது, யாளி அறக்கட்டளை விருது, கவிஞர்கள் தின விருது, சேலம் தமிழ்ச்சங்க விருது, பாவலர் விருது, சிற்பி விருது போன்ற விருதுகளைப் பெற்றுள்ளார். இவரது கவிதைகள் சென்னைப் பல்கலைக்கழகம், எஸ்.ஆர்.எம். பல்கலைக்கழகம், மதுரை காமராசர் பல்கலைக்கழகம் போன்ற பல்கலைக்கழகங்களிலும் அரசு மற்றும் தனியார் கல்லூரிகளிலும் பாடமாக வைக்கப்பட்டிருக்கின்றன. தவிர, தமிழக அரசின் தொடக்கக்கல்வி தமிழ் பாடப்பொருள் உருவாக்கப் பணியிலும் தொடர்ந்து பங்களிப்பு செய்துவருகிறார். கிராமியக் கவிதை மொழியுடன் நவீனக் கவிதை மொழியும் கைவரப்பெற்றவை இளம்பிறையின் கவிதைகள்.

அவதூறுகளின் காலம்

இளம்பிறை

டிஸ்கவரி புக் பேலஸ்

கே.கே.நகர் மேற்கு, சென்னை - 600 078.
(பாண்டிச்சேரி கெஸ்ட் ஹவுஸ் அருகில்)
Ph: 044-4855 7525 Mobile: +91 87545 07070

அவதூறுகளின் காலம் (கவிதைகள்)
ஆசிரியர்: **இளம்பிறை**©

AVATHURUKALIN KALAM (Poems)
Author: Ilampirai©

First Edition: August - 2018
Pages: 136
Cover Art : Santhosh Narayanan

Publisher:
Discovery Book Palace (P) Ltd,
6, Mahaveer Complex,
Munusamy Salai, K.K.Nagar West,
Chennai - 600 078.
Mobile: +91 87545 07070

E-mail: **discoverybookpalace@gmail.com,**
Website: **www.discoverybookpalace.com**

Rs. 120

திரைப்பட இயக்குநர்
கவிஞர் லிங்குசாமி அவர்களுக்கு

நன்றி...

ஆனந்த விகடன்	சுந்தரசுகன்
கணையாழி	கவி ஓவியா
தமிழ் இந்து	பெண்ணே நீ
கல்கி	அவள்விகடன்
ரௌத்திரம்	ஓம்சக்தி தீபாவளிமலர்
பல்சுவை காவியம்	நம்தோழி
தமிழர் கண்ணோட்டம்	அமுதசுரபி தீபாவளிமலர்
தினகரன் தீபாவளிமலர்	பாரதிபுத்திரன் மலர்
கல்வெட்டு பேசுகிறது	புதியபார்வை
இந்தியா டுடே	தை
ஆனந்தவிகடன் தீபாவளிமலர்	தமிழ் தேசம்
கதைசொல்லி	சென்னை வானொலி நிலையம்

எழுத்தறம் உணர்த்தும் இளம்பிறை கவிதைகள்!

அறியப்பட வேண்டியவர்களும் அறியப்பட்டவர்களும் அறிவித்துக் கொள்பவர்களுமாக நிகழ்காலத் தமிழுலகில் பல்லாயிரக்கணக்கான கவிஞர்கள் உள்ளனர்.

தமிழ் மொழியின் நீண்ட நெடிய வரலாற்றில் அதன் இலக்கியங்கள் அனைத்தும் 'அறம் உரைத்தல்' எனும் ஒற்றைக் கோட்பாட்டையே உயிராக உள்வைத்துப் படைக்கப்பட்டன. இதன் காரணமாகவே, உலகப் பெரும்பரப்பில் தமிழ் இலக்கியங்களுக்குத் தனித்த மரியாதை கிடைத்துக்கொண்டிருக்கிறது.

ஒரு நல்ல இலக்கியம் எந்த மொழியில், யாரால் படைக்கப்பட்டாலும் அது தொடர்ந்து இரண்டு வேலைகளைச் செய்துகொண்டேயிருக்கும். முதல் வேலை, அது தன்னைப் படிக்கிறவர்களைப் பண்படுத்தி சிந்திக்கவைத்து அவர்களுக்குள் இருக்கிற பதர்களை நீக்கும், இரண்டாம் வேலை, தன்னைப் படித்தவர்களின் கூட்டத்திலிருந்து புதிய புதிய படைப்பாளிகளை உருவாக்கும்.

துறைசார்ந்து எழுதப்படுகின்ற பாடப்புத்தகங்கள், கல்விக் கூடங்களுக்கான வகுப்பாசிரியர்களையும் வல்லுனர்களையும் உருவாக்கும். ஆனால் சமூகம் சார்ந்து எழுதப்படுகின்ற படைப்புகளே அனைவருக்குமான பேராசான்களையும் பெருந்தலைவர்களையும்

உருவாக்கக்கூடியவையாக இருக்கும். ஒரு மொழியில் பல்வேறு வகையான இலக்கிய வடிவங்கள் இருக்கலாம். ஆனால் அம்மொழியின் சிகரம், சிரம் எது என்றால் அது கவிதைதான். அம்மொழியின் சிகரமாகவும் சிரமாகவும் இருப்பவர்கள் யார் என்றால் கவிஞர்கள்தான். 'எண்சாண் உடம்பிற்கு சிரமே பிரதானம்' என்பதைப்போல் எல்லாவகை இலக்கிய வடிவங்களுக்கும் கவிஞர்களே பிரதானமானவர்கள்.

அதனால்தான் கதை, கட்டுரை, நாடகம் போன்ற வடிவங்களுக்கெல்லாம் கவிதைகள் மேற்கோள்களாக தேவைப்படலாம். ஆனால் கவிதைகளோ தனக்கான மேற்கோள்களாக எந்த வடிவத்தையும் எதிர்பார்ப்பதில்லை, பிற வடிவங்கள் தனக்கு வேண்டுமெனக் கோருவதுமில்லை. ஒரு கவிதை அதற்கான தகுதிகளோடு படைக்கப்பட்ட உண்மையான கவிதைதான் என்றால். அக்கவிதை தனித்திருக்கும். தனித்துயரும். அதை எழுதியவர் அற உணர்வோடும் அறச்சீற்றத்தோடும் வாழ்கின்ற உண்மையான கவிஞர்தான் என்றால் அக்கவிஞர் தனித்திருப்பார், தனித்தியங்குவார், தனித்துயர்வார். இந்த வரையறைகளின்படியே இளம்பிறையின் கவிதைகள் இருக்கின்றன. அவரும் அவ்வாறே இருக்கிறார். என் சமகாலத்துக் கவிஞர்களில் தனித்துவச்செறிவும் பேரழகியலும் நிறைந்த தன் கவிதைகளால் எல்லோருடைய மனதிலும் இடம்பிடித்துக் கொண்டவர் இளம்பிறை.

இக்கருத்தினை தமிழின் முதன்மையான படைப்பாளிகளும் ஆய்வாளர்களுமே மெய்யான பெருமித உணர்வோடு பதிவு செய்திருக்கிறார்கள். இவரின் அனைத்து கவிதைத் தொகுதிகளையும் 'பத்தி' என்ற பெயரில் எழுதப்பட்ட கட்டுரைகளையும் அவ்வப்போது மீண்டும் மீண்டும் படிப்பதை ஒரு வழக்கமாகவே கொண்டிருக்கிறேன். ஒரு புழுதிக்கிராமத்தில், கடுகளவும் கல்வி கற்க வாய்ப்பற்ற தாய்க்கும் தந்தைக்கும் வரிசையாகப் பிறந்தப் பெண்பிள்ளைகளில் ஒருவரான இளம்பிறை. இலக்கியப் பின்புலங்கள் ஏதுமற்றவர். மெய்யான படைப்பாளிக்கு பின்புலப் பெருமைகள் தேவையற்றவை என்பதை நிரூபணம் செய்துகொண்டிருப்பவர்.

கவனத்தில் பதிகின்ற கருப்பொருள், அறப்பார்வை, எதார்த்தமான அங்கதம், வற்றாத வார்த்தைவளம், கதிரொளியில் மின்னுகின்ற நீர்நிலையைப் போல சுடர்கின்ற அழகியல், எளிமையான மொழிநடை இவை அனைத்தும் தேவைக்கு ஏற்ப தலைநிமிர்ந்து நிற்கின்ற தமிழின் வடிவமே இளம்பிறையின் கவிதைகள். கவிதையில் இப்படியான அமைவு மிகவும் அரிதானது. பலருக்கு அமையப்பெறாதது.

மகாகவி பாரதி, கவிக்கோ அப்துல் ரகுமான், மக்கள் கவிஞர் தணிகைச்செல்வன், இயக்குநர் / கவிஞர் லிங்குசாமி, கவிஞர் இளம்பிறை ஆகியோரது கவிதைகளை தேவைக்கேற்ப மேடைகளில் மேற்கோள் காட்டிப் பேசுவதும், தனிப்பட்ட முறையிலான உரையாடல்களில்

நண்பர்களுடன் பகிர்ந்துகொள்வதும் என் வழக்கம். இந்த வழக்கம் எனக்கான புத்துணர்ச்சியை மட்டுமின்றி கேட்பவர்களுக்கு அதை கொடுக்கும்வண்ணம் அமையும்.

கவிதைகளை எழுதுவது மட்டுமின்றி அவற்றை அற்புதமாகச் சொல்வதும், அடுத்தவர்களுக்கு எடுத்துச் செல்வதும் இளம்பிறைக்கு வசப்பட்டிருக்கிற ஒரு வசீகரமான கலை. இவை தவிர, என்றைக்கோ தன் இளம்பிராயத்தில் கிராமத்தில் கேட்ட கட்டுக்கட்டான பழமொழிகளை சிறிதளவும் வரிபிசகாமல் சிரித்துக்கொண்டே சொல்வதில் அவற்றைக் கேட்பவரை விலாநோகச் சிரிக்கவைப்பதில் இளம்பிறைக்கு நிகர் இளம்பிறைதான். நானறிந்தவரை அவர் அளவுக்கு பழமொழிகளை சேமித்து வைத்திருக்கிற கவிஞர்கள் எவருமில்லை என்றே சொல்ல வேண்டும்.

இளம்பிறையின் கவிதைகள் இருவேறு வகையான மொழிநடையை கொண்டவைகளாக இருக்கின்றன. தன் பிள்ளைப்பருவத்து ஊர் நினைவுகளையும் உறவுகளையும் வேலைகளையும் மக்களின் வாழ்க்கை முறைகளையும் பதிவுசெய்யும்விதத்தில் அவர் கவிதைகளை எழுதும்போது, அக்கவிதைகளை மொழிநடை பேச்சுவழக்கிலும், வட்டார வழக்கிலும், துயரமும் அங்கதமும் கலந்த எளிமையான பாட்டு வழக்கிலும் அமைந்து அவரது கிராம மண்ணின் அனுபவங்களை அவை அப்படியே நம் கண்முன் கொண்டுவந்து நிறுத்துகின்றன.

இன்னொரு பக்கத்தில், தன் சுயம்சார்ந்தும் தன் இனம்சார்ந்தும் அவர் எழுத முற்படும்போது அத்தகைய கவிதைகளுக்கான நடையானது நிறுத்தி, சிந்தித்து உள்வாங்கிக்கொள்ளவேண்டிய மேம்பட்ட மொழியில் தீர்ப்புகளைப் போன்ற தெளிவில் அமைகின்றன.

"ஏளன இளக்காரங்களிலிருந்து
மீண்டெழுகிறேன் ஒரு பறவையாக
என் மனம் தனி
என் முகம் தனி
என் குரல் தனி"

என்று, தன் வாழ்நிலை குறித்து எழுதும்போது முற்றிலும் மாறுபட்ட மொழிநடையைக் கையாளுகிறார். கவிதைகளின் கருப்பொருளுக்கேற்ப சொற்களை தாராளமாக செலவு செய்வதும் சிக்கனப்படுத்துவதும் அவருக்கு நன்றாகவே தெரிந்திருக்கிறது. இளம்பிறை, வனவேம்பு மரத்தைப் போன்று தன் விருப்பத்திற்கும் மண் வளத்திற்கும் ஏற்ப கிளை விரித்திருப்பவர். கிளைகளை வெட்டி ஒழுங்குபடுத்துவதாக நினைத்து, கருத்துரைத்து அவரது

கவிதைகளின் இயல்பின் அழகியலைக் குலைத்துவிடக்கூடாது என்பதை முக்கியமாக குறிப்பிட விரும்புகிறேன். இந்தத் தொகுப்பில் இடம்பெற்றுள்ள அனைத்துக் கவிதைகளும் அதனதன் தேவைக்கு ஏற்ப சுடர்விட்டுப் பிரகாசிக்கின்றன.

‘வங்கக் கடலும் கூடங்குளமும்’ எனும் கவிதை ஒன்றேபோதும், இவரின் கவிதைகள் நெடுவடிவம் கொண்டு நிற்பவை எனச் சான்றுரைப்பதற்கு. ‘கடற்கரை’ எனும் தலைப்பிலான இசைப்பாடல், உள்மன உணர்வுகள் என்று எந்தவகைக் கவிதையாக இருந்தாலும் சரி, அவற்றிற்கேற்ப கவித்துவம் செய்துவிடுகிற படைப்பாளுமையாகத் திகழ்கிறார் இளம்பிறை.

இவரின் கவிதைகள் காட்சிகளாகத் தெரிபவை. சமூக அவலங்களை முன்வைப்பவை. நிமிர்ந்து நின்று உரத்தகுரலில் எடுத்துரைக்க ஏதுவானவை. இங்கே நான் எல்லா கவிதைகள் குறித்தும் பேச முற்படுவதென்று வாசிக்க இருப்பவர்களின் குறுக்கே நிற்கும் உணர்வை ஏற்படுத்தலாம் என்பதால் சற்றே ஒதுங்கிக்கொள்கிறேன். இவரின் கவிதைகளுக்கு எப்போதும் பரிந்துரையும் பொழிப்புரையும் தேவையில்லாதது.

என்னால் மறக்கமுடியாத இனிய அனுபவம் அது. 2009ஆம் ஆண்டு அமெரிக்காவின் ஜார்ஜியா மாகாணத்தில் ட்லாண்டா நகரின் ரெனாய்சன்ஸ் நட்சத்திர விடுதியில், வட அமெரிக்க தமிழ்ச்சங்க பேரவையின் சார்பில் ஏற்பாடு செய்யப்பட்டிருந்த கருத்தரங்கில் பேசுவதற்காக மேடையில் அமர்ந்திருக்கிறேன்.

சங்ககால இலக்கியங்கள் குறித்து ஐயா தமிழருவி மணியன் அவர்கள் பேசிவிட்டு அமர்ந்திருக்கிறார்கள். சமகால கவிதைகள் என்பது எனக்குக் கொடுக்கப்பட்டிருந்த தலைப்பு. தமிழ்நாட்டின் மிக மிக முக்கியமான பேராளுமையாளர்களும் ஐநூற்றுக்கும் மேற்பட்ட அமெரிக்கத் தமிழர்களும் அமர்ந்திருக்கின்றனர். நான் பேச அழைக்கப்பட்டவுடன் அவையோருக்கான வணக்கத்திற்குப் பின்,

‘ஆட்டுக்குட்டியை
மடியில் போட்டு
ஈத்திக் கொண்டிருக்கும்
அம்மாவும்
பசுவிற்கு
உண்ணி பிடுங்கி நிற்கும்
அப்பாவும்
படித்ததில்லை...
உயிர்களிடத்தில் அன்பு வேணும்’

என நான் சொல்லிமுடித்ததும் கரவொலியில் அரங்கம் அதிர்ந்தது. இந்தக் கவிதையை எழுதியவர் நிகழ்காலத்தில் நம்மோடு வாழ்ந்துகொண்டிருக்கும் கவிஞர் இளம்பிறை என்று நான் சொல்ல கரவொலி இருமடங்கானது. இந்த தொடக்க உற்சாகத்தில் நீந்தி 'அப்துல் ரகுமானின்' நீர் கவிதையோடு கரையேறி நிமிர்ந்தேன். இளம்பிறையின் கவிதைகளை அவரைக் காப்பற்றுவதற்காக அல்ல; அந்த மேடையில் என்னைக் காப்பாற்றிக்கொள்வதற்காகவே மேடைகள்தோறும் முன்வைக்கிறேன். அவரது கவிதைகளைச் சொல்வது மட்டும்தான் என் வேலை. அவற்றின் சிறப்பை ஒவ்வொரு முறையும் உறுதிசெய்பவர்கள் பார்வையாளர்கள்தான்.

கவிஞர்களையும் கவிதைகளையும் குறித்து வால்ட்விட்மன் இவ்வாறாக கூறுகிறார்:

'கவிஞன் விவாதம் செய்பவனல்ல, அவனே தீர்ப்பு தருவதில்லை. சூரியனின் வெளிச்சம் ஓர் ஆதரவற்ற பொருள்மீது விழுவதைப்போல அவனுடைய தீர்ப்பு இருக்கும். மகத்தான கவிஞனுக்கு அற்பத்தனம் என்றால் என்னவென்றே தெரியாது. அவன் ஒரு தீர்க்கதரிசி, அவன் இயற்கைக் காட்சிகளின் அழகையும் சிறப்பையும் மட்டும் பாடுவதோடு நின்றுவிடாமல் யதார்த்தத்திற்கும் மக்களின் ஆன்மாவிற்கும் இடையே உள்ள பாதையை சுட்டிக்காட்டுவான். இனிமேல் மதகுருக்கள் இருக்க மாட்டார்கள். அவர்களின் வேலை முடிந்துவிட்டது. தீர்க்கதரிசிகள் அவர்களுடைய இடத்தை நிரப்பட்டும். தெய்வீகத்தன்மை வாய்த்த புதிய புதிய கவிஞர்கள், மனிதர்களையும் பொருள்களையும் சம்பவங்களையும் விளக்குவார்கள்.'

வால்ட் விட்மனின் இக்கூற்றுக்கு இளம்பிறை பலவிதங்களில் பொருந்திப் போகிறார். இதுவே, இவரின் இவரது கவிதைகளின் தனிச்சிறப்பும் தனித்துவமும்.

நல்வாழ்த்துகள் இளம்பிறை!

தோழமையுடன்
ஜெயபாஸ்கரன்
திருவான்மியூர், சென்னை 41

10.08.2018

நிழலில் நடப்பதுபோல...

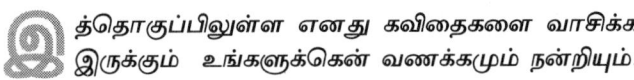

இத்தொகுப்பிலுள்ள எனது கவிதைகளை வாசிக்க இருக்கும் உங்களுக்கென் வணக்கமும் நன்றியும்.

> *"யானை வாங்க நேரமிருக்கு*
> *அங்குசம் வாங்க நேரமில்லை"*

என்பதாக போய்க்கொண்டிருக்கும் பிழைப்பின் பொழுதுகளில் எங்கோ, எப்போதோ கேட்கும் குயிலிசைபோல்தான் கவிதைகள். மனதில், நேர்த்திக்கடன் செலுத்த நெடுந்தொலைவு கோடைவெப்பத்தில் நடந்துசெல்லும் பாதசாரிகளுக்கு கொஞ்ச கொஞ்சநேரம் சாலையோர மரநிழலில் நடப்பதைப் போன்ற மகிழ்வு... ஆசுவாசம்... ஒவ்வொரு கவிதையை எழுதும்போதும்.

படித்தால் நன்கு புரிகிற, சிக்கலற்ற எளிய கவிதைகளே எப்போதும் என் விருப்பமும் தேர்வும் என்றபோதிலும், இப்படி நிகழ்ந்திருக்கவேகூடாதென நிகழ்ந்தவைகள் குறித்து அங்கலாய்த்துக்கொள்வதும், எழுதச்சொல்லி நச்சரிக்கும் எண்ணத்தினை மூர்ச்சையாக்கி எழுதப்படும் சுயம்சார்ந்த கவிதைகளும், கெட்டிதட்டிப்போன தனக்கான மொழிநடையை தேர்வு செய்துகொள்வதை தவிர்க்க இயலவில்லை. 'நீ எழுத மறுக்கும் எனதழகு' என்ற ஒட்டுமொத்த கவிதைகளின் தொகுப்பிற்குப்பின்பு

எழுதப்பட்ட கவிதைகள் இவை. இவற்றில் சில கவிதைகள் 'இறகுகள் உதிர்ந்துகிடக்கும் ஏரி' என்ற பெயரில் சிறுதொகுப்பாக அமரபாரதி பதிப்பத்தால் 2011ஆம் ஆண்டில் சொற்ப பிரதிகள் அச்சிடப்பட்டு வெளியாகின. அந்தக் கவிதைகளும் இத்தொகுப்புடன் சேர்க்கப்பட்டுள்ளன என்பதையும் தெரிவித்துக்கொள்கிறேன்.

இந்தத் தொகுப்பிற்கான அணிந்துரையை அகவுரையாக தந்திருக்கும் கவிஞர் ஜெயபாஸ்கரன் அவர்களுக்கு நெஞ்சார்ந்த நன்றியை தெரிவித்துக் கொள்கிறேன். முகநூலில் தொடர்ந்து எழுதிவருபவரும். என் சக ஆசிரியத் தோழியுமான சரஸ்வதிகாயத்ரி அவர்கள் கவிதைகள் குறித்து எழுதியனுப்பிய கடிதத்தையும் இத்தொகுப்பில் இணைத்திருக்கிறேன். அவருக்கும் என் அன்பும் நன்றியும்.

இத்தொகுப்பை வெளியிடும் டிஸ்கவரி புக் பேலஸ் பதிப்பக உரிமையாளர் மு.வேடியப்பனுக்கும் மற்றும் நூலாக்கப் பணியில் ஈடுபட்ட நண்பர்களுக்கும் எல்லோருக்கும் என் உளப்பூர்வமான நன்றிகள். படித்துவிட்டு கவிதைகள்பற்றி ஏதேனும் சொல்லத்தோன்றினால் சொல்லுங்கள்; மகிழ்வேன். நன்றி.

என்றென்றும் நட்புடன்

இளம்பிறை

07.06.2018

நந்தம்பாக்கம், சென்னை 69

பொருளடக்கம்

விளையாட்டு	17
வரைபடக் கிணறு	18
அழிவு	20
மாற்றம்	22
கதைகள் பலகடந்து	23
என் கடல்	24
பறவையே வாழ்ந்திருக்கலாம்	26
பார்வை	27
உனக்கு முன்	28
நான் யாருமில்லை	30
பிரியாதிருப்போம்	31
போய்க்கொண்டிருக்கும் மேகம்	32
முதல்முறை பிரிவோம்	33
ஒற்றைச்சொல்	34
சூறை	35
அக்கா	36
பேசுங்காலம்	38
என்றைக்கும் போலவே	40
மகளிர நாள் வாழ்த்துகள்	42
மாயன்	45
கனவு இல்லம்	46
நீரச்சாலை	48
சென்னை மழை	50
நலம்	53
தொலைந்த கால குறிப்புகள்	54

இரண்டுபோலிருக்கும் ஒன்று	56
ஏன் அப்படி நினைத்தாய்...	58
கானலை நம்பி	59
மாறுதல் நேரம்	60
கருத்து	62
பித்துமொழி	63
கடற்கரை	64
வங்கக் கடலும் கூடங்குளமும்	66
ஊற்று	67
வெறும் பொழுது	68
பிரிவு	70
கடைசி மூச்சுக்காற்று	71
காண்போம் மறுபடியும்	72
மறதி வேண்டும்	74
தூரத்தில்	75
மறைபொருள்	76
அரசியல்	77
நிரம்பித் ததும்பும் நீர்	78
முள்ளிவாய்க்கால்	79
விரைந்து வருகிறேன் கண்ணே...	80
தீர்ந்துபோன சொற்கள்	81
எம்மை அழைக்காதீர் இனம் என்று உரைக்காதீர்	82
என் பாட்டின் ஒலி	84
நதிக்கரையொன்றில்...	86
விட்டுச் செல்ல முடியாதவர்கள்	89
ஒடிந்த கிளை	90
குளிர்ந்த நெருப்பு	92
உருகும் பனிமலைகள்	93
கதறல்களை அள்ளிச்சென்று காற்று	94
அவதூறுகளின் காலம்	96
எகத்தாளப் புன்னகை	98
அந்தியில் மறைந்த காகங்கள்	99

அவர்கள்	100
குருதி ஓவியம்	101
சிகரத்தில் எழுதும் காற்று	102
தவமாய்ப் பெற்ற பிள்ளைகளே	103
தூரம் நல்லது	104
வெயில் காலமேகம்	105
மாக்கடல் மனம்	106
தெளிவு	107
புலி பசித்தாலும்	108
ஏழுலகம் கேட்கும் பாடல்	109
அறுபடும் நரம்புகள்	110
இறகுகள் உதிர்ந்துகிடக்கும் ஏரி	111
காட்டு இலை உதிரும்	112
நாகரிகப் பெருநகரம்	114
வெயிலைச் சுமக்கும் பெண்கள்	115
வலிமை	116
நீங்களும் நனைவீர்	117
ஆடாதார் உண்டோ	118
பிம்பத்தின் ஞாபகங்கள்	119
சாம்பல் பூத்த நெருப்பு	120
மறுநாள் காட்சிகளில்...	122
நம் வழி	123
பொருந்தா மனம்	124
கனவுகள் ஏதுமற்று	125
தன்காட்டில்... தன்கூட்டில்...	126
இந்தக் கோடையில்	127
ஆவியாகும் சொற்றொடர்கள்	128
பறத்தல்	129
துணை	130
நினைவு	132
நானும் நானும்	133

விளையாட்டு

மழை தூறுவதற்குமுன்பே
விரட்டப்படுகிறார்கள்
குழந்தைகள்

அந்தியில்
குழந்தைகளற்ற பூங்கா
நட்சத்திரங்களற்ற வானமாக
மௌனித்திருந்தபோது
தூறல்கள் விழத்தொடங்கியன

படர்கொடிகளில்
முத்துக்கோர்த்தும்
மரத்தில் வழிந்தும்
வேரில் தேங்கியும்
சருகுகளை அமைதிப்படுத்தியும்
காற்றின் ஊஞ்சலில்
சாய்ந்தும் நிமிர்ந்தும்
பூங்காவில்
விளையாடிக் கொண்டிருந்தது
மழை

வரைபடக் கிணறு

தாழிடப்பட்ட
அறையின் இருள்போர்வையில்
கொஞ்சம் தணிந்திருக்கிறது
மனநடுக்கம்

நிசப்தத்தின்
மௌனக் கலவைதொட்டு
வரைந்துகொண்டிருக்கிறேன்
காற்றில்

அறுவடை செய்த உணர்வுகளை
அள்ளிவைத்துள்ள
அடுக்குப்பானைகள்மீது
வெளிர்நீல வண்ணமும்
மடக்குகளில்
அடர் கறுப்பு நிறமும் பூசி
மூடிவைக்கிறேன்
திறக்கவே முடியாமல்

உள்ளீடு குறைந்து
ஆடிக்கொண்டிருக்கும் உரிப்பானையைத்
தட்டிவிட அலையும்
காலப்பூனையின் கண்களுக்கஞ்சி
விரைவாக வரைகிறேன்

காதல் பொய்த்த மனதின்
காட்சியொன்றை
அது,
வானம் பொய்த்த
நிலமாக வருகிறது

ஒரு நீரோடைக்கென
கோடிழுக்கிறேன்
அது பருகக் கிடைக்காத
கானல் வளையங்களாக
போகப் போக
போய்க்கொண்டிருக்கிறது

எப்படியும்,
ஓர் ஊற்றினை
ஏற்படுத்திவிடுவதென்ற
என் தீராமுயற்சிகளில்
ஊறிவருகிறது
பச்சைப் புல்தரையின் நடுவே
படிக்கட்டுகள் அமைந்த
நன்னீர்க்கிணறு
அதன்
சுழல் படிக்கட்டுகளில்
உள்ளிருந்து மேலேறி
புன்னகையுடன்
வந்துகொண்டிருக்கிறாய் நீ

ஒளிக்கதிர்களாக பரவுகின்றன
உன் ஆடையின்
பொன்னிற ஜரிகைகள்
கனம் பொறுக்கமுடியாது
விழும் பனம்பழமாக
என் வரைபடக்கிணற்றில்
வீழ்ந்து அமிழ்கிறது
இரவு

அழிவு

பேரிடி ஒன்று
விழுந்து பிளந்ததென்
நினைவை
பிடியொன்றும் கிட்டாமல்
வெகுநேரம் மிதந்தன
கண்கள்

காடுநிலம்
மலைபொத்தக்காதலை
அழிக்கத் துடிக்கும்
வெறிகொண்டோர் நாடகத்தில்
இளவரசன்
நிஜமாகக் கொல்லப்படுகிறான்

களைகள்
நெருங்கி வளரும்
நிலத்திலிருந்து
பிடுங்கி எறியப்பட்ட பயிராக
தண்டவாளக் கப்பிக்கற்களில்
அவன் இறந்துகிடப்பதைக்கண்டு
கதறும்
சுமந்தவளின் வயிற்றெரிச்சலில்
சுண்டிப்போகாத சாதிரத்தம்
உள்மறைந்து
ஓடிக்கொண்டிருக்கிறது எப்போதும்

உன்னைப் பிரிந்து
வாழ்வதை விடவும்
உயிரைப் பிரிந்து
போவது சுலபமென்ற
குழப்ப மனதுடன்
நேற்றிரவு
அவன் பார்த்திருந்த
நட்சத்திரப் பூப்பூத்த வானமே
வெடித்துக்கொட்டு
சாதி அழியாத
மண் அழிந்து போகட்டும்

வெள்ளக்காட்டில்
வேறுபாடின்றி
மிதக்கின்ற பிணங்களிலிருந்து
தன்சாதிப் பிணங்களை
பொறுக்கி பொறுக்கியே
தலைவர்கள் இங்கே
அரசியல் நடத்தட்டும்

(இளவரசனுக்கு) 11.07.2013

மாற்றம்

தகிப்பை
அள்ளி அணைத்துக்கொண்ட
குளிர்ந்த மேகங்களால்
அந்தியானது
ஒரு நடுப்பகல்

மகிழ்வான இசையாக
கேட்டுக் கொண்டேயிருந்தது
மழையின் ஓசை.
மழை ஓயும் வரை
பார்த்துக்கொண்டிருந்தேன்
ஜன்னலின் வழியே
நனைந்து கொண்டிருந்த
மரங்களில் ஒன்றாக
நானும்
நின்று கொண்டிருந்ததை

கதைகள் பலகடந்து

காற்றில் நெளிந்து
கலக்கும் கரும்புகையாக
வேஷம் கலைக்கும் மனிதர்களின்
மெல்லிய நினைவுத் திரைச்சீலைகள்
மனதிலாடிக் கொண்டிருக்கின்றன

பச்சை விறகுகளை
கழுத்து நடுங்க
கட்டிச் சுமந்த
வயிற்றுப் பிள்ளைக்காரி
வீடுவந்து சேர்ந்ததைப்போல்
பதற்றமற்ற இந்நிலைக்கு
வந்து சேர்வதற்குள்
நீங்கள்
உருவாக்கிப் பேசிக்கொண்டிருந்த
எத்தனையோ என் கதைகளை
கடக்கும் படியாயிற்று நான்

என் கடல்

அலை அள்ளி நீர்தெளித்த
ஈரமணல் மடியமர்வேன்
பால்யத்தில் பார்த்திருந்த
பக்கத்தூர் மின்னொளிபோல்
தூரத்தில் கிடக்கும்
கலங்களின் வெளிச்சம்

கரையோடு கைதட்டிச்செல்லும்
ஆனந்த அலைகளை
பிரிவதற்கு மனமற்ற
ஆசைத் தூண்டிலில்
கடலைப் பிடித்து
மனதில் போட்டுத்
திரும்புகிறேன்
வழித்துணையாக
வந்துகொண்டிருக்கிறது
குளிர்காற்று

காற்றைவிடவும் குளிர்ந்து
கனிந்து வருகிறது
கைப்பேசியில் உன் குரல்
'இரவில் நன்றாகப் பசிக்கிறது வயிறு' என்கிறேன்
பிறிதொரு பசிபற்றி
பேசாது மௌனித்து
விரைவாக துண்டிக்கிறேன்
உரையாடலை

சொற்கள்
இழுத்துச் செல்லும்
வெள்ளமாகும் முன்
கரையேறி விடும்
எச்சரிக்கையுடன்

மனதில் ததும்பும் கடலுடன்
நடந்துகொண்டிருக்கிறேன்
எனக்காக காத்திருக்கிறது
என் அறை
அமரமுடியாமல்
என் தலைக்குமேல்
வட்டமிட்டுக் கொண்டிருக்கிறது
அழகிய தனிமைப் பறவை

வீட்டிற்குச் சென்றும்
நீந்திக் கொண்டிருப்பேன்
இரவின் பெருந்துணையோடு
நட்சத்திரங்கள் கொட்டிக்கிடக்கும்
என் ஆழ்கடலில்

பறவையே வாழ்ந்திருக்கலாம்

உறங்கிக் கொண்டிருக்கிறேன் என்று
பேசிக் கொண்டிருக்கிறார்கள்
சகோதரிகள்.

காலையில் கோலமிடச் சென்றபோது
இறக்கை ஒடிந்த பறவையொன்று
வாசலில் இறந்து கிடந்ததாகவும்
அதன் பிறகு
நான் விபத்தில் அடிபட்ட
செய்தி வந்ததாகவும் கூறினாள் தங்கை

அந்தப் பறவை
எனக்குப் பதிலாக
உயிர்விட்டிருப்பதாகவும்
ஆயுள் எனக்கு கெட்டியென்றும்
தழுதழுத்த குரலில் சொல்கிறாள் அக்கா.

சகோதரிகளே
வெளியெங்கும் பறந்து
விரும்பிய இரை எடுத்து
அலகுகளில் குச்சி சுமந்து
ஆசைக்கூட்டில்
காற்றோடு கண்ணயர்ந்து
செங்கதிரில் குளித்து
சிறகசைத்து வாழ்ந்திருந்த
ஒரு பறவையைக்காட்டிலும்
பெரிதாக என்ன வாழ்ந்துவிடப் போகிறேன் நான்

எனக்குப் பதிலாக
பறந்து கொண்டிருந்திருக்கலாம்
அந்தப் பறவையே

பார்வை

கடல் பார்க்கச் சென்றோம்
குமுறுகிறது
இரைகிறது
அழுகிறது
ஆர்ப்பரிக்கிறது
ஓங்காரமிடுகிறது
இறைஞ்சுகிறது
போராடுகிறது

அலை அலையாக
வெள்ளைக் குதிரைப்படை
விரைகிறது கரைநோக்கி

பலவித எண்ணங்களுடன்
நடந்துகொண்டிருந்த
என் கைப்பற்றி வந்த மகன்
"அம்மா கடல் எப்போதும்
விளையாடிக் கொண்டேயிருக்கிறது" என்றான்
துள்ளிக் குதித்து விட்டுச்சென்றது
ஓர் அலை

உனக்கு முன்

நகரக்
கட்டடங்களுக்கிடையே வளர்ந்து
கிளை குறுக்கி
ஒடுங்கி நிற்கிறதென் நேசம்
எப்போது வேண்டுமானாலும்
வேர் பறிக்கப்படலாம் என்ற
நிச்சயமின்மையை
நிதந்தோறும் பூத்தபடி

பகலை
படல் படலாக
நகர்த்திக் கொண்டிருக்கிறது
பின் அந்தி
முக்கால் நிலவுக்கு
உறுதுணையாக
முளைத்துக் கொண்டிருக்கின்றன
விண்மீன்கள்

தெரியாத கம்பங்களில்
ஒளிரும் விளக்குகளாக
கடலின் உச்சியிலிருந்து
வருவது போலிருக்கின்றன
வான் ஊர்திகள்

கடல் பார்க்க வந்த நாள்
வான் பார்த்திருக்கிறேன்

ஓரக்கடல் மீது
ஒரு ஜோடிக் கொக்குகளின் உல்லாசம்
தூரத்தில் போய்க்கொண்டிருக்கிறாய் நீ
சோர்ந்துவிடமாட்டேன்

மேன்மேலும்
பெருக்கிக்கொள்கிறேன்
இறக்கைகளின் வலுவை
உனக்குமுன் அங்கிருப்பேன்
என்னை
விட்டுச்செல்ல முடியாது உன்னால்

நான் யாருமில்லை

வார்த்தைக் கொக்கிகளால்
இதயத்தசைமாட்டி
என் குருதி சுவை ருசிக்க
விரட்டாதீர் எப்போதும்.

ஏளன இளக்காரங்களிலிருந்து
மீண்டெழுகிறேன்
ஒரு பறவையாக

என் மனம் தனி
முகம் தனி
குரல் தனி

யார் மகள்
யார் மனைவி
எவரின் தாயென்ற
சார்புக்குள் தள்ளும்
கேள்வி ஆயுதங்களால்
தொடர்ச்சியாக என்னால்
கீறுபட்டுக் கொண்டிருக்க முடியாது

தப்பியோடிக்கொண்டிருக்கிறேன்
பல்லாயிரமாண்டு
காயங்களுடனும் தழும்புகளுடனும்
அந்த உயரத்து மலையின்
உச்சிக்குச் சென்று
எல்லா திசைகளும்
எதிரொலிக்கக் கத்துவேன்
நான் யாருமில்லை
நான் நான்தானென்று

பிரியாதிருப்போம்

உம் பழைய சொற்களின்
கிழிசல்களால் போர்த்தப்பட்ட
எனதுடல் நடுங்கிக்கொண்டிருக்கிறது
நீ மிதித்து துவைத்த
மனக்களத்தின் வலியிலிருந்து
நெய்துகொண்டிருக்கிறேன்
என் குளிருக்கான
போர்வையை நானே.

கரைமீறிப் பெருகிக்கொண்டிருக்கின்றன
ஒரு சார்புடைய உனது
எல்லா தீர்மானங்களின் தோல்விகளும்
இந்த வெள்ளம்
எதையும் விட்டுச்செல்லப் போவதில்லை
பின்பு
நீர்வடிந்த நிலத்தில் வீழ்ந்த
புதிய விதைகளாக
சமமாக முளைத்துயர்வோம்
வேப்பம்பூ உதிரும்
வாசலில் அமர்ந்து
நீ உயர்ந்து தெரிய
என்னை குறுகச்செய்த
பழைய கதைகளைச்
சொல்லி சிரித்தபடி
பிரியாதிருப்போம் என்றும்

போய்க்கொண்டிருக்கும் மேகம்

அர்த்தமற்ற கோபங்கள்
அவமானங்கள்
பொறுக்கும் பக்குவம்
பரவசவானைப் பரிசளிக்கும்
பேரன்பின் ரகசியம்.

முன்னிரவின் அமைதியில்
மனமெங்கும் மின்னத்தொடங்கின
ப்ரியத்தின் விண்மீன்கள்
ஒருமேகம் எங்கோ
போய்க்கொண்டிருப்பதைப் போல்
பிரிவு.

ஆர்ப்பரிக்கும் அலைகளும்
அகலாத கரைகளுமாக
பின்மாலை
சமுத்திரமானதால்
கடற்கரைக்குப்
போகவில்லை இன்றும்

முதல்முறை பிரிவோம்

தவிர்க்கமுடியாது
பேசும்படியாகிவிடுகிறது
விரைந்து
விடைபெற்றுக்கொள்ளும்
தவிப்புகளுடன்
பலரிடமும்

எனக்கென காத்திருக்கும்
உனது கதகதப்பு நினைவுகள்
விரைவாகத் திரும்ப வைக்கின்றன
எங்கிருந்தும்

பரபரப்புகளோடு
வந்துவிழும்
என் மனங்கோதி
உரையாடி மகிழ்விக்கும்
நிரந்தரம் நீ.

என் நுரையீரல்
காற்றுக்கு தவித்தடங்கும்
அந்நாளில்
முதல்முறை நாம் பிரிவோம்
கவிதைகளே

ஒற்றைச்சொல்

கனவுகளை எரித்து
குளிர் காய்ந்துகொண்டிருக்கும்
பனி இரவின்
சாம்பலிலிருந்து
உயிர்த்தெழுகிறேன்

ஞாபகங்களின்
கடுஞ்சூடு பொறுக்காது
ஓடத்துணிகிறேன்
என்னைவிட்டு நான்

பறவையாக வந்து
கவ்விக்கொள்கின்றன
உன் சொற்கள்

உன் ப்ரியத்தில்
அமிழ்ந்தமிழ்ந்து மிதக்கும்
பொம்மையாகும் என்னை
வேடிக்கை பார்க்கிறேன்
கரையிலிருந்து

உடல் பிரிந்த ஆன்மாக்களை
குடுவைக்குள் அடைத்துவிடுவதாகக்கூறும்
மந்திரவாதிகளைப் போல
ஒற்றைச் சொல்லில்
ப்ரியத்தை அடைக்க மனமற்று
அலைந்து திரிகிறேன்
மொழிவனமெங்கும்
வேறுவேறு சொற்கள் தேடி

சூறை

பறந்துகொண்டிருந்தேன்
தும்பியைவிட
சற்று பெரிய பறவையாய்

உதிரக் காத்திருக்கும்
நரைமயிர்களாக
அதீதமாய் மின்னிக்கொண்டிருந்தன பூமியில்
நதியோடிய தடங்கள்

கொதித்திளகிய
பாறைகளின் பிசுபிசுப்பில்
வீழ்ந்து பதிந்து கிடந்தன
பறவைகளின் இறகுகளும்
கடைசி மரச்சருகுகளும்

நிலத்தை
சூறையாடிக் களைத்த சோர்வுடன்
தீயிட்ட ஊதுவத்திகளாக
தனித்தனியே உதிர்ந்துகொண்டிருந்த
மனிதர்களின்முன்
வாரிச்சுருட்டி வைக்கப்பட்ட
வைக்கோல் போராக இருந்தது பூமி.

பற்றுவதற்குமுன்
பதறி விழித்துக்கொண்டேன்
தூரத்தில் கேட்டுக்கொண்டேயிருந்தது
மலைகளைச் சிதறடிக்கும்
வெடிச்சத்தம்

அக்கா

பஞ்சடைந்து
இடுங்கிய கண்கள்
சுருட்டி அமுக்கிய
துணிப் பையுடன்
ஆண்டிற்கு
நான்கைந்து முறை
வந்து நிற்பாள்
குழந்தைகளுடன் அக்கா

நெற்றி புடைத்திருப்பதற்கும்
பின்கழுத்தில் முடியோடு
ஒட்டி உலர்ந்திருக்கும் ரத்தத்திற்கும்
குளியலறையில்
வழுக்கி விழுந்ததாகக்கூறி
மறைத்துக்கொள்வாள்
கண்ணீரை

"போட்டது போட்டபடி கிடக்கும்
பிள்ளைகள் படிப்பும்
வீணாகிவிடும்
சீட்டுப் பணத்தையும்
வாங்கி குடித்துவிடுவார்" என
பிடிவாதமாக
புறப்பட்டுவிடுவாள் ஓரிரு நாட்களுக்குள்

கணவன்
குடிபோதையில்
அடித்துத் துரத்தியதில்
பக்கத்து வீட்டில் ஒளிந்திருந்தது
தப்பி வந்ததை
குழந்தைகள் எங்களிடம்
கூறியிருக்கமாட்டார்கள்
என்ற நம்பிக்கையோடு

குடிநோய் முற்றி
மச்சான் இறந்தபோது
ஆற்றாதழுதவளின்
வறண்டகுரல்
கொடுங்கால விடுதலையின்
பெரும்சத்தமாய்
ஒலித்ததிலிருந்து

இப்பொதெல்லாம்
அக்கா வருவதில்லை
எவர் வீட்டுக்கும்
குளியலறையில்
வழுக்கி விழுந்ததாய்
சொல்லிக்கொண்டு

பேசுங்காலம்

ஓடும் நதியில்
வழுக்கும் சோப்பினை
தேய்த்துக்குளிக்கும் சாகசமாகும்
ஆயிரங்காலம்
அகலாதென்ற
அன்பின் பிடிப்பு

சத்தம் தணிக்க வீசப்படும்
ரொட்டித் துண்டுகளாக
எப்போதாவது வந்துவிழும்
ஓரிரு சொற்கள்

நிராகரிப்புப்போர் தூற்றி
நேசதானியங்கள்
காணாத அயற்சியில்
கருண்டு கிடக்கும் காலம்
ஒரு தவறிய அழைப்புமற்ற
கடுங்கோடை பொறுக்காது
கதறும் காதல்

இத்துன்பத்திலிருந்து
விடுவித்துக் கொள்வதென்ற
உன் தினசரி தீர்மானங்கள்
நீயே தோற்கடிக்கும் விரக்தியில்
சொக்கப்பானையாகும் நினைவுகள்

இவை எல்லாம்
நிகழும்போது
பத்து தப்படிதான்
பாய்ந்திருக்கும்
காலக்குதிரை

இப்போதே பேசிவிடு
எதிர்ப்படுவோர் உணராது
இரவுபகல் பாராது
கைப்பேசி சூடாகி
காதுமடல் கொதிகொதிக்க
சாலையைக் கடக்கும்
கணப்பொழுதும் வீணின்றி
வார்த்தை மலர்கள்
பூத்துக் குலுங்க
உயிரைப் பணயமிட்டுப்பேசு
பேசாத காலத்தின்
பெருந்துணையாகலாம்
இப்பேசுங்காலம்
பேசடி பெண்ணே பேசு

என்றைக்கும் போலவே

ஊர்ந்து மொய்த்தன
உளச்சல்கள்
கொலை செய்யப்பட்டு
என்னெதிரே
கிடத்தப்பட்டிருந்த
என் உடலின்மீது

நள்ளிரவில்
பிணத்தின்முன்
தனித்திருந்த என்னைச் சுற்றிலும்
வட்டமடித்துக் கொண்டிருந்தன
அச்சப்பேய்கள்

வானமும் நிலவின்றி
மங்கிக் கிடந்தது
இந்த இருளில்
இப்படியே கரைந்துவிடமாட்டேனா என
முன்னோர் நினைவுகளில்
வேண்டி உதிர்ந்த
கண்ணீர்த் துளிகளாலும்
ஒரு பயனுமில்லை

இந்த துர்கனவின்
பிடியிலிருந்து
விடுவிக்கப்படுகிறேன்
அதிகாலை

நிழலற்ற
வெளியொன்றில்
காத்திருந்து
வேலைகள் முடித்து
வேலைக்குச் செல்ல
என்றைக்கும் போலவே

மகளிர் நாள் வாழ்த்துகள்

புதுவெள்ள ஆற்றில்
எதிர் நீச்சலடித்துக்
கரையேறியிருக்கிறேன்

வெற்றுக்கால்களுடன்
நடந்து கடந்திருக்கிறேன்
முள்காடுகளை

இடியும் மின்னலுமாய்
அடித்துப் பொழிந்த
கனமழையில் நின்று
களை பறித்திருக்கிறேன்

படமெடுத்தாடிய
பாம்புகளின் எதிர்நின்று
வேடிக்கை பார்த்திருக்கிறேன்
அச்சம் துளியுமற்று

இப்போது
நம்பிக்கை துணிச்சலென்று
நாள்தோறும் சொல்லிக்கொண்டிருக்கிறேன்
மற்றவர்களிடமல்ல
என்னிடம் நானே
கண்கலங்காது
கடக்கமுடியாத
அன்றாடச் செய்திகளால்

இங்கு
இணங்க மறுக்கும்
எச்செயலுக்காகவும்
கழுத்தறுக்கப்படுகிறாள் பெண்

வழி முழுதும்
குடிநோயாளிகளின்
கெட்ட வார்த்தைகளால்
கேவலப்படுத்தப்படுகிறாள்

வெறிகொண்டு வீசிய
அமிலங்களில் வெந்து
சிதைந்து கிடக்கிறாள்

முகம் இணைப்பிக்கப்பட்ட
நிர்வாணப் படங்களாக
வலைதளங்களில்
அவமானப்படுத்தப்படுகிறாள்

தாயென தேசத்தை
போற்றிப் புகழும்
தெய்வீகத் திருநாடென
பாடங்கள் தோறும்
எழுதப்பட்டிருந்தாலும்

உண்மையில்
எமது விடுதலை என்பது
ரயில் நிலையங்களில்
குருதிப் பெருக்கோடு
இறந்து கிடக்கிறது

முள்புதர்க் காடுகளிலும்
இரவுநேரப் பேருந்துகளிலும்
வலி பொறுக்க முடியாமல்
அலறிக் கொண்டிருக்கிறது

கடும் சித்ரவதைகளுக்குப்பின்
கல்லைக்கட்டி
கிணற்றில் வீசப்படுகிறது

வல்லுறவால் கொல்லப்பட்ட
சிறுமிகளின்
எரிக்கப்பட்ட கரிக்கட்டைகளாக
பொசுங்கிக் கிடக்கிறது
அதனாலென்ன

பெரும் வணிக
நகை, துணிக்கடைகளின்
தள்ளுபடிகளோடு
கொண்டாடி
பரிமாறிக்கொள்வோம்
மார்ச் 8
மகளிர் நாள் வாழ்த்துகள்..!

மாயன்

வரப்போகும் பறவைகளுக்கும்
வாரி இறைத்துக்கொண்டிருப்பாள்
அதீததேவையின்போதும்
அளவை நினைத்துக்கொண்டிருப்பான்
ஒன்றுவிடாது ஒப்பித்துவிடுவாள்
சொல்ல வேண்டியவற்றையும்
விழுங்கிக் கொண்டிருப்பான்
ஒதுக்கப்பட்ட சொற்களால்
திட்டி களைப்புறுவாள்
ஆழ்ந்த மௌனங்களால்
அதிர்வித்து தெம்புறுவான்
விளக்கிச் சொல்லியும்
விழித்துக்கொண்டிருப்பாள்
குறியீடுகளிலேயே
புரிந்துகொண்டிருப்பான்
அலைகளாக
மோதிக்கொண்டிருப்பாள்
ஆழ்ந்த மௌனத்தில்
சலனமற்று நீந்திக்கொண்டிருப்பான்
தொடக்கமும் முடிவுமாய்
நீளும் அவன் நினைவு
முடிந்தால் நினைப்பது
அவனின் இயல்பு
மனக்கை உதறி
பறக்கத் துணிவாள்
மாய வலையை
விரித்துப் பிடிப்பான்
இத்தனை முரணுடன்
எப்படி என்பாள்
எதுவும் பேசாது
கவ்விப் படர்வான்

கனவு இல்லம்

நெடுவசிடாய் நீரோடும்
வாய்க்காலின் அக்கரையில்
மண்மெழுகிய திண்ணையில்
வண்ணமடித்து
மூங்கில் தட்டி கட்டிய
கூரை விடே
என் கனவு வீடானது

இருபெரும் தூண்களும்
கதவுகளில் பூ வேலைப்பாடும்
சிவப்பும் நீலமுமாய்
சிமெண்ட் பால் பூப்போட்ட
வரவேற்பறை
நடுக்கூடம், உள்அறை
சமையற்கட்டு
கொல்லைப்புறமுமாய் இருந்த
காந்திமதியின் வீட்டை
பார்க்கும்வரை

அழுத்தமாய்க் குரைக்கும்
ஆளுயர நாய்கள்
வாசலில் கட்டப்பட்ட
ஜன்னல் திறக்காத
மாநகரத்தின்
கடற்கரையோர
பங்களாக்களுக்கு எதிர்ப்புறத்தில்
சாலைகளில்
கழிவுநீர் வெளியேற்றப்படும்
வாடகை வீட்டிலிருந்து
மனம் கட்டும் வீடோ
முற்றிலும் மாறுபட்ட
கவிதை இல்லம்

மாடியில் தனியறை
கடற்காற்று
புத்தகங்கள்
நிலவொளி
நிசப்தம் என
எண்ணச்செங்கற்கள்
எடுத்தடுக்கி எடுத்தடுக்கி
கட்டத் தொடங்கிவிட்டேன்
கனவு இல்லத்தை
நினைவு தெரிந்த நாளிலிருந்தே

நீர்ச்சாலை

அடிவானத்திலிருந்து புறப்பட்டு
பார்வையின்
தூரக்கடைசியிலிருந்து
துள்ளிவரும்
அழகிய
வெண்ணிற அலைகள்

அருகில் பார்க்கும்
ஆவலுடன்
வெகுதூரத்திலிருந்து
எனது பார்வையால்
அழைத்து வரப்பட்ட
அந்த அலைகள்
கரைக்கு
சற்றுமுன்
உள்மறைந்துகொள்கின்றன

என் கணநேர ஏமாற்றத்தில்
உப்புநீரை
வாரி இறைத்துவிட்டு
போகிறதொரு சிறிய அலை
அகல் ஒளியில் மின்னும்
குடிலின் மண்தரையாகவும்
தார்ச்சாலையில் குவிந்தடிக்கும்
மின்னொளியாகவும்
பௌர்ணமி நிலா
ஒருப்பாதை காட்டுகிறது
கடலுக்குள்

பளபளக்கும் நீர்ச்சாலையில்
நடக்கத் துடிக்கும் மனதை
மலையெனக் கட்டி
இழுத்து வருகிறேன்
என்னிடமிருந்து
திமிறி விடுபட்டு
நிலவெளிச்சப் பாதையின்
நீர்ச்சாலையில்
நடந்து சென்றுகொண்டிருக்கிறதென் நினைவுகள்
அந்த அடிவானத்து
அலைகள் நோக்கி

சென்னை மழை

நிலமே கரைந்து
நீராய் பெருக
மீன்களும் திகைத்தே
மெதுவாய் நீந்த
அடர்மழைக்காட்டில்
உயிர்கள் பதற
நெடும் பொழுதாடி
களித்தாய் மழையே!

குற்றம் புரிந்தோம்
நீர்நிலைக் கொன்றென
வீட்டுச் சிறைகளில்
அடைத்தாய் மழையே!

பள்ளமும் மேடும்
சமமாய்த் தெரிய
சமத்துவப்பாடல்
இசைத்தாய் மழையே!

ஏங்கிக் கிடந்த
ஏரிகள் பெருக
சாலைகள் எல்லாம்
ஆறுகளாக
தடதடதடவெனத்
தாக்கிப் பொழிந்து
தண்ணீர் வலிமை
உரைத்தாய் மழையே!

நினைந்து நினைந்தே
ஞாபகம் ஓய
உள்ளம் முழுதும்
வெள்ளம் சூழ
நடையாய் நடந்தே
இடர்கள் கடந்த
முன்னோர் வாழ்வை
சொன்னாய் மழையே!

இரவை இரவாய்
பழக்கிய மழையே
இயல்பை புரட்டி
மிரட்டிய மழையே
மனைகளாய் நீர்நிலை
மாறிய கோபத்தின்
எச்சரிக்கை நீ
அறிந்தோம் மழையே!

காக்கும் கடவுள்
அழித்திடலாமா
கருணை உயிரைக்
குடித்திடலாமா
வான்வழித்தாக்குதல்
கேள்வி ஞானம்
வானே தாக்கினால்
தாங்குமோ நிலையே!

தண்ணீர் உன்னால்
தவியாய்த் தவிக்கும்
மானுடத் தவறுகள்
மன்னித்தருள்வாய்
எல்லாத் துயரும்
இல்லாதவர்க்கே
என்பதறிந்து
அருள்வாய் மழையே!

உற்பத்தி நீயே
உணவும் நீயே
வள்ளுவன் சொன்ன
வான் சிறப்பெங்கே
இப்படி அடித்தால்
எப்படிப் பொறுப்போம்
அளவாய் அளவாய்
பொழிவாய் அமுதே!

01.02.2015

நலம்

குதறத் தொடர்ந்த
வேட்டைநாய்கள்
குரல்வளை பிடிக்கும்முன்
தப்பியிருக்கிறேன்

அமுதம் தோய்ந்த
விஷத்தை உண்டும்
அழிவில்லாமல்
உயிர்த்திருக்கிறேன்

வெட்கையில் கரைந்த
வேடத்தின் வண்ணங்கள்
வேடிக்கை பார்த்து
ரசித்திருக்கிறேன்.

எல்லா மனிதரும்
நல்லோரென்ற
நினைவுகள் பொய்த்து
அழுதிருக்கிறேன்

இடர்பட்ட இடங்களில்
எந்தன் நினைவை
வலியுடன் வலிந்து
அழித்திருக்கிறேன்

அவமானத் துன்ப
பாலைகளில்தான்
அன்றாடம் நான்
பயணிக்கிறேன்

ஆனாலும் இங்கு
எவரைக்காட்டிலும்
எப்போதும் நான்
மகிழ்ந்திருக்கிறேன்

தொலைந்த கால குறிப்புகள்

வழிப்போக்கர்கள்
மழைக்கொதுங்க முடியாத
பங்களாக்கள் பற்றி கவிதையுடன்
வேறுசில கவிதைகளும்
எழுதிவைத்த குறிப்பேடு
தொலைந்தது தொலைந்ததுதான்

பாடல்கள்
சிறுகதைகள்
நாவலுக்கான குறிப்புகள்
கருவுற்றபோதிருந்த
நினைவுகளின் தொகுப்பு
இப்படி
தொலைந்தும் மறக்கமுடியாதவற்றைவிட
மறந்தே தொலைத்தவைகளே அநேகம்

களைப்புற்ற தருணங்களின்
இளைப்பாறிய நிழல்களாக
எழுதியதைப் பத்திரப்படுத்தாத வருத்தங்கள்
திறக்கப்படாத காட்டுக்கோயிலில்
அடைந்து கிடக்கும் வெளவால்களாய்
அங்குமிங்கும்
பறந்தும் கவ்வியும்
அட்டகாசம் செய்கின்றன நெஞ்சில்

என்றாலும்
வஞ்சகப் புறக்கணிப்பில் வீங்கி
வலியெடுக்கும் ஞாபகத்தின்
'சீல்' கீறிவிடவும்
குற்றச்சாட்டு வெள்ளத்தில் மூழ்கி
மூச்சுத்திணறாமல் சுவாசித்திருக்கவும்
நெடுங்காலப் பரப்பிலோர் நாள்
குறிஞ்சிப்பூ உளம்பூக்கும்
பேராசை இம்சைகளாலும்
எப்போதாவதேனும்
எடுக்காமல் இருக்க முடிவதில்லை
எழுதுகோலை

இரண்டுபோலிருக்கும் ஒன்று

ஆர்வத்துடனும் உணர்வுப்பெருக்குடனும்
அள்ளி வழங்கப்படும்
நிறைவேற்றப்படாத வாக்குறுதிகளின்
வாழ்விடங்களாக
ஒன்றுபோலிருக்கின்றன
ஒன்றாகவும் இருக்கின்றன
காதலும் அரசியலும்

வெற்றி வேட்பாளரிடம்
தோற்றுப்போன
அப்பாவி வாக்காளராய்
வெளியில் தெரியாமல்
தோற்று நிற்கிறார்
காதலிலும் இருவரில் ஒருவர்

அன்றொருநாள் மகிழ்வோடு
அழியாத மை வைத்து
வாக்களித்த கைகளுக்கு
சொடுக்கெடுத்து மனங்கனக்கும்
மக்களாட்சி நாயகர்போல்
பெரும்பொழுதில் நொடியேனும்
அலைகடலின் சிறுநுரையாய்
பூத்தேனும் மறையாதோ
என் பொன் நினைவு
உன் மனதில் என
ஏக்க மனஞ்சுமந்து
இருவிழியில் நீர்பெருக்கி
இருவரில் ஒருவர்
எப்போதும் காதலிலும்

ஏமாற்றப்படுகிறோம்
திட்டமிட்டே எனத் தெரிந்தும்
அடுத்தடுத்த தேர்தல்களிலும்
வாக்குரிமை நிறைவேற்றும்
வக்கற்ற வாக்காளர்போல
காற்றோடு கதறி
சுவரோடு புலம்பி
தன் ஆதங்கப் பிணத்திற்கு
ஆற்றாமை பாடைகாட்டிச்சுமந்து
எல்லைசேர் நாள்வரைக்கும்
இருவரில் ஒருவர்
எப்போதும் காதலிலும்

ஒன்றுபோலிருக்கின்றன
ஒன்றாகவும் இருக்கின்றன
அரசியற் காதலும்
காதல் அரசியலும்
இரண்டு போலிருக்கும் ஒன்றாய்

ஏன் அப்படி நினைத்தாய்...

கடிவாளமிட்ட
குதிரையின் கண்களல்ல
நினைவுகள்
ஒரே திசையில்
சென்றுகொண்டிருப்பதற்கு
அவை
பெருகிக்கொண்டிருக்கும்
சமுத்திரங்கள்
ஒளியைக்காட்டிலும் வேகமானவை

அள்ளியும் புசித்தும்
சிந்தியும் சிதறியும்
குறையாது நீளும்
தானியக் குவியல்களின்
எல்லையற்ற மலைத்தொடர்கள்

கைப்பிடியளவே கவிதை
உயிரென்பதே
நினைவெனத் தெரிந்தும்
ஏன் அப்படி நினைத்தாய் என்கிறாய்
ஏன் இப்படி நினைக்கவைத்தாய் என்ற
நினைவின் வலியறியாது

கானலை நம்பி

தேசம்
பதுக்கி வைத்திருக்கும்
மதத்தடிகள் அனைத்தும்
எப்போதும்
பாதிக்கப்பட்டவளின் மீதே
வீசப்படுகின்றன

மனிதம் வறண்ட
உயிர்க்கோளத்தில்
வாசல்தோறும் கிழிக்கப்படுகின்றன
இலட்சுமணக்கோடுகள்

எவ்வளவோ தூரம்
கடந்த பின்னரும்
நிற்கும் தூரத்திலிருந்து
வெகுதூரமாகிக் கொண்டிருக்கும்
எம் விடுதலை என்பது
கானலை நம்பி
வீணடிக்கப்படும்
விதைகளாகும்போது
நிச்சயமாக
நசுக்கப்படத்தான் வேண்டும்
உங்களின்...

மாறுதல் நேரம்

அப்போது தனையாரும்
பார்க்க விரும்பாத
உள்ளாடைகளற்ற
இரவு உடையுடன்
முறைவாசல் பெருக்க
எழுந்துவரும் பெண்களுக்கு
எந்தச் சங்கடமும்
ஏற்படாதிருக்கவும்

குறுகிய சாலையில்
பொருட்களை இறக்கும்வரை
வழியடைத்து நிற்கும் வண்டியால்
ஒடுங்கிச் செல்ல நேரிடும்
வாகன ஓட்டிகளின்
முணுமுணுப்பைத் தவிர்ப்பதற்கும்

கலைத்தும் அடுக்கியும்
கட்டியும் தீராத
ஒருமாத கால
உழைப்பின் களைப்பகற்ற
இருளோடு குளிர்காற்றில்
மூழ்கிக் குளிப்பதற்கும்
சுண்ணாம்பு அடிக்கவும்
சுத்தம் செய்யவும் என
நேற்றைய
வீட்டின் உரிமையாளர்
முன்பணத்தை அப்படியே
பிடித்துக்கொண்டபோது
குச்சியால் குத்தப்பட்ட
அப்பாவிப் புழுவாக
துடித்தற்கெல்லாம் ஆறுதலாக
வெகு காலத்திற்குப்பின்
விடிவெள்ளி பார்த்து
மகிழ்வில் திளைப்பதற்கும்
அதிகாலையே
ஆகச்சிறந்தது.
வீடோ மனமோ
மாறிக்கொள்வதெனில்...

கருத்து

ஆழ அகலத்தில்
கடலென்றும்
அதிர்வுகளை ஏற்படுத்தும்
உணர்வுகள் ஒவ்வொன்றும்
அலைகளென்றும்
குட்டையைப் பார்த்து
கூறமுடியாது என்னால்
நான் அந்திதோறும்
கடல் பார்த்துக்கொண்டிருப்பவள்

பித்துமொழி

பேரிடர்கால
நிர்மூலங்களுக்குப் பின்பான
மௌனப் புலம்பல்களின்
பித்துமனப் பேச்சை
எரித்துவிடுகிறேன்
ரகசியமாக

ஓலமிடும்
சவுக்குத் தோப்பாகவும்
அரவமற்ற
ஒத்தையடிப்பாதையாகவும்
எட்டாத
உச்சிக்கிளை அசைவாகவும்
மந்தையைப் பிரிந்த
தனி தவிப்பாகவும்
புறக்கணிப்புகளை பொருட்படுத்தாது
எப்போதும் என்னிடம்
பேசிக்கொண்டேயிருக்கும்
நிசப்தமற்ற
மனமொழியின்
நச்சரிப்புகளிலிருந்து
தப்பிக்கும் முயற்சிகளில் தோற்று
வீழ்ந்து கிடக்கிறேன்
அதன் அலறல்களிலேயே...

கடற்கரை

கடற்கரை அழகில் தினம்தினம் நடப்பேன்
காலத்தின் துன்ப நினைவுகள் கடப்பேன்
அலைக்கரம் புரட்டும் ஆழ்கடல் படிப்பேன்
அமைதியின் விளிம்பில் கண்ணீர் வடிப்பேன்

மணல்தனில் அமர்ந்து மனதினை வரைவேன்
கலைத்திடும் அலையில் நானும் கலைவேன்
கடலலையோடு மன அலை கலப்பேன்
கற்பனைக் கடலாய் பெருகித் திளைப்பேன்

ஆசையில் கொஞ்சம் என்னை நனைப்பேன்
அப்பொழுதெல்லாம் உன்னை நினைப்பேன்
வலையினில் மீனாய் துடியாய்த் துடிப்பேன்
வங்கக்கடலின் மடியில் கிடப்பேன்

விதவிதமான நடைகளைப் பார்ப்பேன்
விரும்பியோர் அன்பில் மகிழ்தல் காண்பேன்
காற்றில் சிறகாய் கரையில் பறப்பேன்
கவிதை மாளிகைச் சாளரம் திறப்பேன்

மழையில் கடலுடன் நானும் நனைவேன்
மௌன மொழியில் தத்துவம் பயில்வேன்
பெருமழை குடிக்கும் மணல்வெளி ஆவேன்
பேசிடும் அலைகளின் பேருரை கேட்பேன்

எத்தனைக் கோடை சுட்டெரித்தாலும்
எந்தக் கடலும் வற்றுவதில்லை
எந்தத் திசையில் காற்றடித்தாலும்
அலைகளின் திசையோ மாறுவதில்லை

எங்கிருந்தாலும் உன்னை நினைப்பேன்
ஈர அலைகளில் உள்ளம் சிலிர்ப்பேன்
காலமும் தூரமும் மனதிற்கேது
கருணைக் கடலே உன்போல் யாரு

வங்கக் கடலும் கூடங்குளமும்

கடல்
கவனித்துக் கொண்டுதானிருக்கிறது

முள்காட்டில் துரத்தியடிக்கப்படும்
தன் மக்களின்
ரத்தம் தோய்ந்த
பாதங்களை
வருடியபடி
கடல்
கவனித்துக்கொண்டுதானிருக்கிறது
எல்லாவற்றையும்

உயிர்களை ஏலம் எடுப்பதற்கு
பறந்துகொண்டிருக்கும்
அலுமினியக் கழுகுகளின் நிழல்
கதிர் மினுங்கும்
தன் அலைகளில்
விழுந்துகொண்டிருப்பதற்கு வருத்தியபடி

பெருக்கெடுக்கும் கண்ணீருடன்
கும்பிகாய்ந்த குழந்தைகளை
கொதிக்கும் அடிவயிற்றில் இருத்திய
பெண்களின்
போராட்டங்களும்
எனதலையின் சீற்றமும்
வேறுவேறல்ல என எச்சரித்தபடி...
சர்வாதிகாரத் தடிகளால்
தன்மீது தள்ளப்படும் மக்களை
அலைகளால் ஏந்தி
எதிர்த்துச் சத்தமிட்டபடி...
கடல்
கவனித்துக் கொண்டுதானிருக்கிறது
எல்லாவற்றையும்

ஊற்று

பழைய நினைவின்
இடுக்கிலிருந்து
உருண்டோடி வருகிறது

காடிருந்த நிலத்தின்
வியர்வையாக வழிகிறது

புதையுண்ட விதை
மரமாகி உதிர்க்கும்
முத்துமுத்துப் பூக்களாக
உதிர்ந்துகொண்டேயிருக்கிறது

மூலம் காணமுடியாத
ஆழத்தில் ஊற்றெடுத்து
ததும்பித் தத்தளிக்கிறது

காலவெறுமையின்
ஊதுகுழல்களால் ஊதப்படும்
கங்குகள் எரிவதில்
பொங்கிப் பொங்கி வழிகிறது

பசிகொண்ட மலைப்பாம்பாக
காதுமடல்களில் நுழைந்தும்
கழுத்துவரை ஊர்ந்தும்
கன்னங்களை நனைத்தும்
எதையோ
தேடித்தேடி
அலைந்துகொண்டேயிருக்கிறது
கண்ணீர்

வெறும் பொழுது

வன்பாலுறவுகளால்
விளையாட்டுச் சிறுமிகள்
உறுப்பு கிழிந்து
இறந்திருக்க வேண்டும்

பலரால் சிதைக்கப்பட்ட
அவளின் உடல்
குருதிப் பெருக்கோடு
சாலையில்
வீசப்பட்டிருக்க வேண்டும்

அமிலத்தில்
வெந்த உடலோடு
மாதக்கணக்கில்
துடித்திருக்க வேண்டும்
உயிரை விடுவதற்கு

அப்போதுதான் தேடப்படும்
அவளுக்கான பக்கங்கள்
தடித்த சட்டப்புத்தகங்களில்,
அப்போதுதான் நிறைவேற்றப்படும்
அவள் குறித்த தீர்மானங்கள்
கனத்த(?) மனதோடு
அரசியல் மன்றங்களில்.
அப்போதுதான் பேசப்படும்
அவளுக்கான நியாயங்கள்
ஊடகங்களில்
அவளை பண்டமாய்க்காட்டும்
விளம்பரங்களுக்கிடையே.
இந்த முரண் சகிக்காது
வலிமிகுந்த
வெறும்பொழுதொன்றில்
விருட்டென பறந்திருக்கும்
அவளின் உயிர்க்குருவி
வாழ்ந்து செல்லமுடியாத
வருத்தங்களுடனும் வலிகளுடனும்

பிரிவு

அலகு கடுக்க
முள்குச்சிகள் சுமந்து சேர்த்து
கட்டியகூடு
முட்டைகள் விழாதிருக்க
மெத்தென்ற
நார்மெத்தைப் பின்னல் வேறு,
எதனையும்
அண்டவிடாமல்
பறந்தடிக்கும் வீரம்
பொரிக்க இருக்கும்
குஞ்சுகளுக்காக
தவித்துக் கொண்டிருக்கும்
பறவையின் தாய்மையை
பார்த்துக் கொண்டிருக்கிறேன்
மரக்கிளையில்,
உன்னை விடுதியில் சேர்த்துவிட்ட
இயலாமையின்
விம்மல்களுடன் மகனே

கடைசி மூச்சுக்காற்று

மனக்குதிர்கள் நிறைக்கும்
கரிசனப் பதர்கள்
காற்றின் சிற்றசைவிற்கே பறந்து
கண்களில் விழுந்து
கலங்கடிக்கும் போதெல்லாம்
இளஞ்சூடாய் கதகதப்பாய்
ஒத்தடத் துணியாக
ஒற்றிக்கொள்கிறேன்
உன் ப்ரியங்களின் நினைவுகளை

துரோக இழிவுகளும்
வழிப்பறிக் களவுகளும்
துரத்தும் ஓட்டங்களுக்கிடையே
உன் கடைசி மூச்சுக்காற்றோடு
காணாமல் போன
மெய்யன்புத் தடங்கள்
தேடாத நாளில்லை

நிபந்தைனையற்ற எதுவுமே
சாத்தியமற்ற வாழ்வில்
மறையாமலும் குறையாமலும்
நினைவுத்துணையாய்
எப்போதும் என்னுடன் நீ
இருப்பதுபோல்தான்
இருக்கிறது அப்பா

காண்போம் மறுபடியும்

உயர்ந்த பனை அசைவே
உணவுதரும் வயற்காடே
தேக்கின் வரிசைகளே
தென்றலாடும் இளஞ்செடியே...
மஞ்சளும் வாழையுமாய்
மனம்விட்டுச் சிரித்திருக்கும்
பச்சை மினுமினுக்கும்
பசியமர்த்தும் மண்ணழகே...

செம்மறி தலையசைத்து
மேய்ந்திருக்கும் காடுகளே
செங்கால்நாரை கொக்கு
தவமிருக்கும் ஏரிகளே
குருவிகளின் கூடசைய
கூடிநிற்கும் மரச்செறிவே..
இந்த என் பயணத்தில்
எதிரோடும் பேரழகே...

அடுத்தமுறை வரும்போதும்
அழகையெல்லாம் காண்பேனா
கொக்குகளை விரட்டிவிட்டு
கொடிபறக்கும் புழுதிக்காட்டில்
'எழில்நகரம்' என்றவொரு
பெயர்ப்பலகை பார்ப்பேனோ
விட்டுவைத்தால் சந்ததியும்
வீசும்தென்றல் இதமறிவார்

மலையும் மழைப்பொழுதும்
அலைபுரளும் கடற்பரப்பும்
சிரிக்கும் வண்ணங்களாய்
சிறுசெடிகள் பூப்பதுவும்
தட்டான் ஈசலெல்லாம்
தாழப் பறப்பதுவும்
நீடித்து இருக்கட்டும்
நெடும் பயணம் தொடரட்டும்
கையசைக்கும் மரக்கிளையே
காண்போம் மறுபடியும்

மறதி வேண்டும்

புதுத்தாள் மணம் கமழ
புத்தகத்தால் முகம்மறைத்து
மீண்டும் மீண்டும் நினைவுக்குள்
அமிழ்கிறதென் நினைவு
பாதியில் கிடக்கிறது படிப்பு
மறந்து தொலைக்கவேண்டும்
என்னை நான் முதலில்

தூரத்தில்

எறிந்த கற்களில்
தவறி விழுந்து
இறக்கைகள் முறிந்து
கதறிக்கொண்டிருக்க
பறவையல்ல
மேகம் என் கனா
●

மறைபொருள்

சுற்றி வளைத்து சுவரெழுப்பி
கூரையிட்டு
மறைத்துக்கொள்ளலாம் நம்மை
மறைக்க முடியாது வானை
மறைந்திருக்க முடிவதுபோல்
மறந்திருக்க முடிவதில்லை.

தன்னில்தான் தோன்றியமிழும்
அலைகளை எழச்செய்யும்
நீரிலிட்ட சிறுகல்லும்
எதில்போட்ட 'கல்'லென்ற
தவிப்பு மலர்கள்
பூத்துக்குலுங்கும் பொழுதுகளின்
அமைதியற்ற அமைதியில்
அடம்பிடித்து உன்
பின்தொடரும் மனம்

ஆழ்கிணற்றில் தவறி விழுந்து
மூர்ச்சையாகும்
நீந்தத் தெரியாத ஜீவனைப்போல
உடனே முடிந்துவிடுவதில்லை எதுவும்
தோன்றும் மறையும்
மறைந்தும் தோன்றும்
மனவானின்
சூரியக்கதிர்கள் நேசம்

அரசியல்

தூய்மை குறித்து
இப்படியோர்
அபாரமான புரிதல் உங்களுக்கு
மேலுடுத்தும்
ஆடைகளில் மட்டும்
எப்போதும்
தும்பைப்பூ வெண்மை
தூய்மையின் பெருந்தன்மை
வாழ்க திருநாட்டின்
மாண்புமிகு மக்களாட்சி

நிரம்பித் ததும்பும் நீர்

உங்கள் கிணற்றிலிருந்து
தூர்வாரி வெளியேற்றப்படும்
வெற்று மண்ணாய்
கொட்டப்படுகிறேன் நான்
என் கிணற்றில் எப்போதும்
நிரம்பித் ததும்பும்
நீராக இருக்கிறீர் நீங்கள்

முள்ளிவாய்க்கால்

பதில் சொல்லமுடியாத
உங்களின் வினாக்களில்
பற்றி எரிகின்றன
எங்கள் வஞ்சகங்கள்

தளர்த்தமுடியாத
மன இறுக்கத்தை
எமக்கான
தண்டனையாக நினைத்து
சரி செய்துகொள்ள முடியவில்லை நினைவை

குறுந்தகடு காட்சிகளாக
குவிக்கப்பட்ட
உங்கள் சடலங்களிலிருந்து
நீக்க முடியாத
குற்ற உணர்வுகளால்

உற்றுப் பார்க்கிறேன்
உம் இறந்த உடல்களில்
அசைகிறது உயிர்
எம் உயிர் உடல்களில்
நடக்கிறது பிணம்

விரைந்து வருகிறேன் கண்ணே...

வெப்பம் தணிந்த மாலை
பணியிட இரைச்சலிலிருந்து
தப்பித்த தற்காலிக மகிழ்வு
பயண உராய்வுகளின்
எரிச்சல் பிசுபிசுப்பு

வழிநெடுக
குண்டு மல்லிச்சரங்களை
கையிலேந்தி
வாங்கிச்செல்ல கூப்பிடும்
பூக்காரப் பெண்களின்
வெறுப்பைச் சுமந்து
விரைந்து வருகிறேன் கண்ணே!

பூட்டை திறக்கத் தெரியாது
வாசலில் விரல் சூப்பி
அமர்ந்திருக்கும்
எனக்கான உனது
காத்திருப்புத் துயரின்
நெருப்பாற்றில் நீந்தி
விரைந்து வருகிறேன் கண்ணே!

தீர்ந்துபோன சொற்கள்

சொற்கள் தீர்ந்த
வறட்டு வெளிகளில்
வெப்பம் தாளாது
வியர்த்து வழிந்துகொண்டிருக்கிறது காலம்
சிரமத்துடன் அடுக்கியவை அனைத்தும்
உடனுக்குடன் கலைந்துவிடுகிறது
எவ்வளவோ வேலைகள்
என்னெதிரே குவிக்கப்படுகின்றன
செங்குத்தான பெருமலையின் எதிரமர்ந்து
ஏறாமல் விடமாட்டேன் என்ற
பிடிவாத்ததுடன் நகரமறுக்கும்
விளையாட்டுச் சிறுமியாய்
கவிதை முன் அமர்ந்து
எழமாட்டேன் என்கிறது உள்ளம்
துன்பத்தின் நெருக்குதலில்
என்னை எந்திரமாக்கிக் கொள்கிறேன்
துளிரற்ற மரத்தில்
உட்கார விருப்பமற்ற குருவியாய்
என்னை விட்டுப் பறந்துகொண்டிருக்கும்
கவிதையின் பின்னால்
அலைந்துகொண்டிருக்கிறது உயிர்

எம்மை அழைக்காதீர்
இனம் என்று உரைக்காதீர்

குருதி உறவுகளே
கொல்லப்படும் மானுடமே
முள் கம்பி வேலிகளில்
முகம் புதைத்து அழுதபடி
எம்மை நினைக்காதீர்

இனம் மொழி எனும் சொல்லை
தேர்தல் மை போட்டு
தெரியாமல் அழித்துவிட்டு
வீரமும் நேர்மையும்
விலைபேசிக் கொடுத்துவிட்டு
துரோகமும் கபடமும்
பெற்றவர்கள் பிழைப்பதற்கு
எம்மை அழைக்காதீர்
இனம் என்று உரைக்காதீர்

எரியும் உம் உயிர்களின்
இருதிசையும் பிரிந்து நின்று
குளிர் காய்ந்து கொள்வதைத்தான்
கொள்கையெனச் சாற்றுகின்றோம்
எம்மை அழைக்காதீர்
இனம் என்று உரைக்காதீர்
காப்பாற்றக் கூறி கதறுபவர் குரல்வளையை

பாதுகாப்புச் சட்டமிட்டு
மூச்சுமுட்ட நெரிக்கின்றோம்
வெள்ளைக் கொடிபிடித்த
விரர்களைக் கொல்வதற்கு
ஆயுதங்கள் கொடுக்கின்றோம்
ஆளனுப்பி வைக்கின்றோம்
எம்மை அழைக்காதீர்
இனமென்று உரைக்காதீர்

உலகே எதிர்த்தாலும்
உணர்விழக்கா வல்லினமே
உங்கள் உயிர்கலந்த
உங்களின் குருதி
பெருக்கெடுத்து கலக்கும் மண்ணில்
உங்களைத் தவிர யார் விளையக்கூடும்
விதையொன்று போட்டால்
சுரையொன்றா முளைக்கும்
எம்மை அழைக்காதீர்
இனமென்று உரைக்காதீர்

கொன்று குவித்தோரில்
குற்றுயிராய்க் கிடப்போரே
கரம்கேட்டு எழுவதற்குக்
கதறி அழுவோரே
தற்காலிகமாக அங்கே
ஈழம்தான் உமக்கில்லை
எப்போதும் எமக்கிங்கே
ஈனமானம் எதுவுமில்லை.

குருதி உறவுகளே
கொல்லப்படும் வேலிகளில்
முகம் புதைத்து அழுதபடி
எம்மை அழைக்காதீர்
இனமென்று உரைக்காதீர்

என் பாட்டின் ஒலி

முன் வசந்த காலத்தில்
மாந்தோப்பு மறைவுகளில்
உட்கார்ந்து கூவும்
குயில்களின் பாடல்கள் கேட்டு
குதூகலிப்பவர்கள் நீங்கள்

அரண்மனைப் பாடகர்களின்
சொக்கும் குரல்களையும்
மௌனத்தைப் பாடி
மகிழ்ந்து வாழும்
இன்னிசையாளர்களின் மெல்லிசை கேட்டும்
மெய்மறந்தோர் நீங்கள்

ஏழிசை கீதங்களின்
எழில்கானம் கேட்ட
உங்கள் உளமறிந்து சொல்கிறேன்
சுதியும் லயமும்
வாருவாராய் கிழிந்து தொங்க
தாறுமாறாய் கத்திச்செல்லும்
பெருவெளியின் பேரிரைச்சல்
என் பாட்டின் ஒலி
அன்பானவர்களே!
நவீன ஓவியங்கள் வரையப்பட்ட
உங்களின் அழகிய கண்ணாடி ஜன்னல்களை
மூடிக் கொள்ளுங்கள்
திரைச்சீலையையும்
கொஞ்சம் இழுத்துவிட்டுச் செல்லுங்கள்

என் பாட்டின் ஒலியை
அப்படியே விட்டுவிடுங்கள்
அது எந்த ராகத்திலும்
வரவில்லையே என்று
வருத்தப்படாதீர்கள்

புறமுதுகில் குத்தும்
சொற்களின் அம்புகளைப்
பிடுங்கி எறியும்
ரணத்தின் குரல்
அப்படித்தான் இருக்கும்
வற்றிய கண்ணீரின் வலியுடன்
யாருக்கும் பிடிக்காமல்
தனித்தும் அமைதியற்றும்

நதிக்கரையொன்றில்...

1. மிகவும் சிரமம் உணர்கிறேன்
ஓடிக்கொண்டிருக்கும் ஆற்றைப் பார்த்து
நீந்தும் ஆவலை
கட்டுப்படுத்திக் கொள்வதற்கும்
கடந்து செல்வதற்கும்.

2. அறைப்படிப்பு குறைப்படிப்பே
மரத்தடியில் நடக்கிறது வகுப்புகளென
வருத்தப்படாதே நண்பனே
அதிகாரிகளிடம் பேசமுடியுமா பார்
கல்வியை இன்பமாய் உணர
பள்ளிகளை
ஆற்றங்கரைக்கு மாற்றுவது குறித்து.

3. மண்டிய மேகம்
மரநிழல் கோலம்
குறுஞ்செடி சிரிப்பு
கொடிகளின் அசைவு
உச்சி மலையின்
ஒய்யார நிமிர்வு
கிளை அமர் பறவையின்
பட்டுச் சிறகென
தெரிந்த நதியில்
சட்டென பெய்த
பெருமழைத் துளிகளில்
ஆழத்துச் சேற்றில்
புதையும் விதைகளோ
மழை விடும்போது
முளைவிடும்தானே.

4. வெள்ளி விளக்குகள் முகம் பார்க்க
ஒளியில் நளினம் சிற்றலைகளில்
காற்று வெளியில்
ஊஞ்சலாடி விழும் சருகுகள்
பறவை ஒன்றின் தனித்த பாடல்
ஆயிரமாயிரம் கொலுசுகள் ஒலிக்க
சிற்றிலை நடுங்க பேரிலை குலுங்க
மூங்கில் காட்டில் கலக்கும் காற்று
இருந்தும் நகர்ந்தும்
செல்லும் சொர்க்கம்
இரவு நதி.

5. கதிரொளி மினுங்கும்
நதி நீர் தளம்
காற்றில் உலரும்
பட்டுச் சேலை
தொப்பென விழும்
தேங்காய் நெற்று
வெள்ளித் தட்டை
வரவழைத்துக் காட்டி
சற்று அமுங்கி
மேலெழுந்து மேலெழுந்து
உல்லாசப்பயணம் ஓடும் நதியில்
விழுந்தாலும் வாழ்வில்
இப்படி விழுதல்
வாய்க்குமோ யார்க்கும்.

6. நீருள் பிம்பங்களாய்
மூழ்கிக்கிடக்கும்
கவிதை புத்தகங்கள்
கரையின் காட்சிகள்
எத்தனையோ நாட்கள்
இருந்திருந்து பார்த்தும்
தலைப்பை மட்டுமே
வாசிக்க முடிகிறது
புத்தகங்களை
புரட்டமுடியா ஏக்கத்துடன்
நதிக்கரையொன்றில்
பாதியில் நிற்கிறதென் கவிதை

விட்டுச் செல்ல முடியாதவர்கள்

பக்கத்திலிருக்கும்
பாக்கு மரத்திற்கு
அப்படியே தாவி விடும்
தேர்ந்த மரமேறியின் லாவகத்துடன்
தாவித்தாவிச் செல்லும் உங்களால்
எதையும் அப்படியே
விட்டுச் செல்ல முடிவதில்லை

இரகசியமாய்
சிரமப்பட்டுச் சேர்த்த விஷத்தை
தாகம் தீர்த்திருந்த
நன்னீர் கிணற்றில்
கலக்காமல்
உணவு தந்த மண்ணிற்கு
ஒரு துளி நீரும்
வந்துவிடக் கூடாதென்ற
ஆதங்க அணைகளை எழுப்பாமல்...

பொய்யை குவித்துவைத்து
உண்மையை எரிக்காமல்
உண்டிருந்த அமுதை
அசிங்கமென உரைக்காமல்
எதையும் அப்படியே
விட்டுச் செல்ல முடிவதில்லை உங்களால்

இளம்பிறை

ஒடிந்த கிளை

வெடித்த நிலத்தில்
புதைத்து கிடக்கும்
மீன்களின் முட்கள்
கானல்களில் வீசப்படும்
ஆயிரம் தூண்டில்கள்
யுகங்கள் கடந்தும்
சொல்லத் தயங்கும்
அறுபட்ட நினைவாய்
திரிந்துகொண்டிருக்கும்
இளம்பருவ பிம்பங்கள்

இருளில் இன்னும்
இருளாய் அலையும்
ஞாபக மரத்தின்
ஒடிந்தகிளை நான்
இப்படியெல்லாம்
முறிவோமென்றா
முன்பொரு நாளில்
முளைத்ததென் விதைகள்
இடங்கடந்தும்
தூர தொலைந்தும்
எண்ணம் கடக்க
ஏது மார்க்கம்?

உதறி உதறி
உயரப் பறந்து
கண்டடைந்த
நல் தனிமை வனத்தில்
காற்றிலாடி கவிதை பேசும்
ஆயிரம் கூடுகள்
மலர்ப் பூங்காடுகள்
அச்சம் தவிர்த்த
தேவதைகளின்
சிரிப்பொலி கேட்டு
பொழியும் மேகம்
ஆனந்தக் கூத்தாடி
நனையுமெந்தன்
ஆயிரமாண்டின்
காதல் கானம்

குளிர்ந்த நெருப்பு

இரவின் உரையாடல் தொகுப்பை
படபடப்பின்றி புரட்டிக் கொண்டிருக்கிறது காற்று
விடிவதற்குச் சற்று நேரம்தான் இருக்கிறது
சிறப்பிதழுக்காக மகிழ்வான கவிதையொன்றை
நீங்கள் விருப்பமுடன் கேட்டிருந்த நினைவு
தொண்டை முள்ளாக அருவிக் கொண்டிருக்கிறது.

தன் ஓவியங்களுக்கு
பொருத்தமான வண்ணந்தீட்டி
கணினியில் சேகரித்துவிட்டு
உறங்கும் மகனின்
முகத்தில் படிந்திருக்கும்
தனித்த சோகத்தைத்
துடைத்தெடுக்க முடியாத
கவிதையின் வரிகள்
துவண்டு கருகிய கொடிகளின் போராக
குவிகிறது என் முன்னே.
எழுதுகோல் எடுத்து
எழுதுவதை விட
தீக்குச்சி உரசி எரித்திட எழுகிறேன்
கிழக்கே குளிர்ந்த நெருப்புடன்
சிவந்து தெரிகிறது சூரியன்
பனையோலை காற்றாடியை
கையில் பிடித்தபடி
எதிர்காற்றில் ஓடும்
விளையாட்டுப் பிள்ளையின்
நிற்காத கிறுகிறுப்புடன்
என் கண்களின்முன்னே
மூச்சிரைக்க ஓடிக்கொண்டிருக்கிறது
இரவும் பகலும்

உருகும் பனிமலைகள்

நீங்கள் தின்று செரித்த முப்பொழுதுகளை
திரும்பப் பெறமுடியாத
ஆற்றாமைகளுடன்
வீழ்ந்து கிடப்பவர்கள்மீது
வெடிச்சரம் வைப்பதில் தொடங்கும்
உங்களின் கொண்டாட்டங்களில்தான்
எத்தனை குதூகலம்

குற்றங்கள் மறைத்து
உங்களுக்கான நியாயச்சுவர்களை
உடனடியாக எழுப்புவதில்
தேர்ந்தவர்களாக இருக்கும் நீங்கள்
அவதார புருஷர்களாகவும்
ஆகி விடுகிறீர்கள்
ஜொலிக்கும் மேடைகளில்
மறைதிரைகளில்
ஓடி ஒளித்துக்கொண்டிருக்கும்
மன சாட்சியின்
வாக்குமூலங்களுக்கு மட்டும்
செவிடான உங்கள் காதுகளில்
புகழ் உரைகள்
குவிந்து கொண்டிருக்கின்றன
மீண்டும் மீண்டும் தொடக்கமாகிவிடும்
உங்களை காணப் பொறுக்காமல்
உருகி வழிந்துகொண்டிருக்கின்றன
பனி மலைகள்

கதறல்களை அள்ளிச்சென்று காற்று

காற்றலைகளில்
மோதிக் கொண்டிருந்தன
அமர இடமற்ற
காக்கைக் குருவிகள்
இறக்கைகள் வலிக்க.. வலிக்க..

கற்பனைக் கெட்டாத
நாகமொன்றின்
கோபச் சீறலில்
நடுங்கிய பூமி
அது
கொளுத்தி குளிர்காய்ந்த
அணு உலைகளின்
வெப்பம் தாளாது
விரிசலடைந்தது

தப்பித்தவர்களின்
நாளைய உணவையும்
விளைந்த வயல்களுக்குள் புகுந்து
நாசமாக்கிச் சென்ற
அதன் உற்சாகத் துள்ளலில்
மிதந்து சென்றன
வாழ்வின் நிச்சயமின்மைகள்

வைக்கோலைப் பிடுங்கி
வாரிச்சுருட்டிப் போகும்
பெரும் பேய்க் காற்றாய்
டோக்கியோ நகரைச்
சுருட்டிப் போட்டவை
அலைகள்தானா?

ஆகாயத்திலிருந்து
பார்த்துக் கொண்டிருப்பதாக
அனைவரும் நம்பும்
ஆண்டவனிடம்
முறையிட்டிருக்குமா?
கதறல்களை
அள்ளிச் சென்ற காற்று

(11.03.2011 ஜப்பான் தலைநகரம் டோக்கியோ உள்ளிட்ட பகுதிகள் ஆழிப் பேரலையால் சூறையாடப்பட்டன.)

அவதூறுகளின் காலம்

துயரத்தால் நமதுள்ளம்
வெடிக்காமலிருக்கட்டும்
இறுக்கத்தால் நம் மூச்சு
நிற்காதிருக்கட்டும்
அலர் தூற்றும் உலகிற்கு
அஞ்சாதே தோழி

புண்ணெனப் புரிந்தே
வலிப்பது தெரிந்தும்
அதிகமாய்க் கொத்தும்
ஆதாயக் காக்கைகள்
கரைவதற்கெல்லாமா
கண்ணீரில் கரைவது

புறக்கணித்தவர்களிடம்
பின்தொடர்ந்து கெஞ்சியும்
காயப்படுத்தியவர்களிடம்
கருணை எதிர்பார்த்தும்
எத்தனையோ யுகங்களை
இழந்தவர்கள் நாமன்றோ!

நம்மை மறைத்து வைத்து
நம்மில் மறைந்துகொண்டு
தன்னை நிறுத்திக்கொண்ட
தந்திரங்கள் தூற்றுவதைத்
தூற்றிவிடு பெருங்காற்றில்
பதர்களைப் பாதுகாத்து
விதைக்கவா முடியும்?

துயரத்தால் நமதுள்ளம்
வெடிக்காமலிருக்கட்டும்
இறுக்கத்தால் நம்மூச்சு
நிற்காதிருக்கட்டும்
அலர் தூற்றும் உலகிற்கு
அஞ்சாதே தோழி

எகத்தாளப் புன்னகை

வலுவிழந்து உதிரும்
உச்சி மயிர்கள்
சும்மாடு மீறி அழுத்தும்
மீன் கூடை பாரத்தால்

'சரட் சரட்டென'
தார்ச்சாலை தேய்க்கும்
காற்றைக் கிழித்து
கைகளை வீசும்
பாய்ச்சலான நடையில்
அறுந்தறுந்து தைத்த செருப்புகள்

எதிர் வெயிலில் எரிச்சலெடுக்கும்
கருவளையக் கண்கள்
என்றாலும்
எதிர்ப்படுவோர் ஒருவர் விடாது
வெடிச்சர பேச்சு.
உச்சியை கடக்கும் சூரியன்
வெப்பத்தில் தகித்து
தனித்தலையும் அவளின்
'மீனு... மீனு...'
உரத்த குரல் கேட்டபடி
விற்காத மீனை
விரித்துப் போடும்
தார்ச்சாலை ஓரம்
மூக்கைச் சுளித்து
நடப்போர் பார்த்து
பகல் ஒளியரங்கில்
ஜொலிக்கும் அவளின்
எகத்தாளப் புன்னகையின்
வைர மின்னல்கள்
●

அந்தியில் மறைந்த காகங்கள்

மாமரத்தோடு
காகங்களோடு
பகிர்ந்துகொண்டிருந்தேன்
அந்திப் பொழுதை

மரப்பட்டைகளில்
தன் வயோதிகத்தைச்
சொல்லிக் கொண்டிருந்த
மரத்தின் அசையொலியை
நான் உற்றுக்கேட்டதை
காகங்களும்
பார்த்துக்கொண்டிருந்தன

உணர்ந்ததைச் சொல்வதற்கான
சொற்களைத் தேடும்
என் அவஸ்தைகளைப் பார்த்து
அச்சத்தில் பறந்த காகங்கள்
மறைந்துபோயின கண்களிலிருந்து

நானும் மரமும்
காற்றிற்கேற்ப தலையாட்டிக்கொண்டு
மௌனமாய் இருக்கின்றோம் இப்போது

அவர்கள்

பேச்சு வளர்த்தார்கள்
நட்பை வளர்த்தார்கள்
அன்பு வளர்த்தார்கள்
நேசம் வளர்த்தார்கள்
கடக்கமுடியாத பெரும் மலையாக
வெறுப்பை வளர்த்தார்கள்
ஆளுக்கொருபுறம் நின்றுகொண்டு
பிரிவை வளர்த்தார்கள்
அன்பு பாசம் நேசம்போலவே
இறுதிவரைக்குமே நன்கு நடித்தார்கள்
அப்புறம் என்ன அப்புறம்?
அமைதி திரையினில்
கசப்பின் காட்சிகள்
காணச் சகிக்காது
அகக்கண் வெறுத்து
பால்யத்தில் ஆடும்
'பல்' லெனப் பிடுங்கி
தூர எறிந்து எதிரெதிராக
கடந்துபோனார்கள்
ஒருவரை யொருவர்
மறந்தும் போனார்கள்

குருதி ஓவியம்

பண்டம் மாற்றப்பட்ட
பாத்திரங்களுக்குள்
ஒளித்து வைக்கப்பட்ட
மனதின் சொற்கள்
விழித்தெழுகின்றன

சுற்றி வளைக்கப்பட்ட
மதில் சுவர்களின்
மேல் மட்டத்தில்
புதைக்கப்பட்ட
கண்ணாடித் துண்டுகளிலிருந்து
வழியும் குருதி
ஓவியங்களாகின்றன

புதைந்த கால்களைப் பிடுங்கிய
எம் குழிந்த வழித்தடங்களில்
புதைக்கப்படுகின்றன
எம்மீது அள்ளி வீசும்
அசிங்கங்கள் அனைத்தும்

எமக்கு நிகராய்
இருப்பதா நீ - என்ற
உம் கொதிப்புகள் எமக்கு
பெரிதும் உதவின
குளிர் காய்வதற்கு

வலையை மறுத்தும்
வலையை அறுத்தும்
காற்றில் மிதந்து
கவியில் திளைக்கும்
போராளிப் பறவைகளின்
நிரந்தரச் சொந்தமாய்
விரிந்துகிடக்கிறது வான்
எவர் கைக்கும் எட்டாமல்

சிகரத்தில் எழுதும் காற்று

ஆறுதல் மொழியின் உள்ளே வெறுப்பு
அன்புக்குடையில் ஆயிரம் கிழிசல்
பொத்தல் குடையில் சுருங்கிச் செல்லாது
மழையில் நனைவதே மனதிற்குகந்தது.
உலகில் எல்லாம் தலைகீழ் மாற்றம்
நாடகமேடையில் தெரிந்தது உண்மை
இறங்கியவுடன்தான் எத்தனை வேடம்
பொய்யின் குரலைக் கேட்பதை விடவும்
பொய்யின் நாவுகள் ஒலிப்பதை விடவும்
அமைதியின் பேச்சே ஆறுதலானது
பிடித்தால் பழகி வெறுத்தால் விலகி
தேவையின் நிமித்தம் எத்தனை அபத்தம்
சூழ்ச்சி வலைகளைச் சுமந்துதிரிவோர்
சுற்றும் உலகம் சுறுசுறுப்பானது
பதட்டமில்லாத பள்ளத்தாக்கினில்
மண்டிக்கிடக்கும் மூலிகை அன்பு
பேதமற்ற அதன் உன்னத நினைவை
மலைச்சிகரத்தில் எழுதுக காற்றே
உரசிச்செல்லும் மேகங்கள் படித்து
வறண்ட நிலங்களில் பொழியட்டும் என்றும்

தவமாய்ப் பெற்ற பிள்ளைகளே

ஈரக்குலையும் நடுங்குதய்யா
இதயம் வலியால் துடிக்குதய்யா
நெஞ்சு பொறுக்க முடியவில்லை - நீங்கள்
நீதியும் சட்டமும் படிப்பவரோ?

கடமை கண்ணியம் காப்பவரோ?-நீங்கள்
காக்கியணிந்த பொம்மைகளா
துளியும் மனது துடிக்கலையா?-இல்லை
தாய்ப்பால்தான் நீர் குடிக்கலையா?

பார்த்துப் பார்த்து அழுதழுது
பார்வை மங்கிப் போனதையா - உங்கள்
பண்பு பாசம் நட்பையெல்லாம்-இந்த
பாழும் படிப்பு கெடுத்ததுவோ?

காதலும் நட்பும் அன்பும் கொழிக்கும்
கல்லூரி என்பது திரைக்கதையா?
வேற்றுமை வெறுப்பும் கொலைவெறி தகிப்பும்
நிறைந்ததுதான் அதன் நிஜவடிவா?

கல்வி நிலத்தில் நற்பயிர்கள்-நீங்கள்
களையாய் மாறுவதெதனாலே
சொல்லித் தீரா இன்னல்களில் - உம்
வாழ்வு சிக்குவதெவராலே?

தவமாய்ப் பெற்ற பிள்ளைகளே - உங்கள்
தந்தையர் அன்னையர் மகிழ்வதற்கு
இதுதான் உங்கள் கைமாறா- உம்மால்
அவர்கள் பெறும் பேறா?

(2008 சென்னை சட்டக் கல்லூரி மாணவர்கள் கலவரம்)

தூரம் நல்லது

நினைவுகளுக்கும்
பயணங்களுக்கும்
நல் வாய்ப்பளிக்கும்
தூரம் மிகவும் நல்லது

அண்மை அசதி
கண்டு கொள்ளப்படாது
கலங்கும் அற்புதம்

நெருக்கத்தைத் தொடர்வோம்
தூரத்திலிருந்தே
தூரம் நல்லது

வெயில் காலமேகம்

ஐந்தாவது தளத்திற்கென
நீட்டி விடப்பட்ட
இரும்புக் கம்பிகளை
பழுக்கக் காய்ச்சிய வெய்யிலை
சட்டென மறைத்ததொரு
கறுப்பு மேகம்

கட்டட இடுக்கில்
சிமெண்ட் சாலையின்
முக்கத்துக் கூண்டில்
கறுத்து அழுக்குப் படிந்து
வாடிய இலைகளுடன்
வருந்தும் செடிகளுக்காகக்
கொஞ்சம் தூவிவிட்டு
பாலித்தீன் குப்பைகளில்
பெய்ய மனமற்று
விரைந்து போனதந்த
வெயில் காலமேகம்

மாக்கடல் மனம்

அலை தொடா இடத்திற்கு
இழுத்து வந்து நிறுத்தும்
பயம் மறைத்து
தயக்கத்துடன் அலையில்
நனையும் கால்களை
பதற்றமுறும் மனம்

குதித்துக் கும்மாளமிடும்
பெரும் நீர்ப்பரப்பின்
கண்ணுக்கெட்டா தூரங்களைப்
பார்க்கமுடியாத தவிப்பின் வெறுமை
திமிங்கலமாகி விழுங்கிக் கக்கும்
கணப்பொழுதிற்குள்.

அடித்து மோதும்
அலையை எதிர்த்து
சிறுபடகொன்றில்
தனித்துச் செல்லும்
மீனவர் மனதின்
வலிமை என்பது
கடலைவிடவும்
பெரிய கடலோ?

தெளிவு

பொன் மலர்கள் பூத்திருக்கும்
இரவின் பேரெழில்
கூடுதல் அழகுடன்
கூவ நதியில்.
எங்கு சேர்ந்தாலும்
தெளிந்துவிடுகிறது நீர்

புலி பசித்தாலும்

நீரோடிய காலங்களில்
காயும் பசும் பயிர்களுக்கென
அடித்தோடிய தண்ணீரை
மறைத்து மறைத்து களைத்துப் போன
கடுஞ்சூடு மதகாக
கொதித்துக் கிடக்கின்றன
உணர்வுகளின் உள்ளங்கள்

காற்று வலுவிழந்து
கடலுக்குள் சென்றும்
இருட்டிக் கொண்டிருக்கும் வானத்தின்
வெற்று ஆரவாரங்களுக்கு
உள்ளிழுத்துச் சாத்தப்படும்
அச்சத்தின் கதவுகள்

பறித்துண்ட கனிகளும்
பருகிய நீரூற்றும்
விட்டுப்பறந்த கிளிகளின் தோட்டங்களும்
எரிந்து கிடக்கின்றன யாருமற்று
பசித்தாலும் புல் தின்னாப் பண்பாடு
பதுங்கி நிற்கும் கட்டாயம்
சடலங்களின் குடல் உருவிக் கொழுக்கின்ற
நரிகளை விரட்ட
அங்கும் இங்கும்

ஏழுலகம் கேட்கும் பாடல்

மாயைகளிலிருந்து
புகைந்து கொண்டிருக்கிறது
நம்பகமற்ற மன நிலை
கலைத்துப் போடும் நம்பிக்கைகள்

காற்றைக் குடித்து
பளபளக்கும் கங்குகள்
எப்போது வேண்டுமானாலும்
எரியத் தொடங்கலாம்

எரிந்தாலும் கருகினாலும்
ஏழுலகம் கேட்கப் பாடுவேன்
அன்பின் வசந்த கானத்தைப்
புரிதலற்ற நிராகரிப்பை,
பிணத்தைப் போல் எரித்தபடி

அறுபடும் நரம்புகள்

கட்டாந்தரையைத் தோண்டி
பிய்த்துக் கொள்கின்றன நகங்கள்
எடுக்க முடியாத சூழ்நிலைகளால்
ஆழப்பதுக்கி வைக்கப்படுகிறதென்
எழுதுகோல்

தெளிந்த நீரில் கிடக்கும்
தொலைந்த மூக்குத்தி மின்னல்
என் கவிதை

கல்வீசிக் குழப்புவதில்
கண்டெடுக்க முடியாது
கலங்கி விடுகின்றன

மூளை நரம்புகளில்
கோர்க்கப்பட்ட கொக்கிகள்
திசைக்கொன்றாய் இழுபடுவதில்
அறுபட்டுப் போகிறதென்
எழுத்து நரம்புகள்

இறகுகள் உதிர்ந்துகிடக்கும் ஏரி

திருப்பித் துரத்தும் பேராறு
எதிர்பாரர் தருணத்தில்
சாபச்சாம்பலை வீசி மறையும்
வரம் கேட்ட தெய்வங்கள்

புழுதி மண்ணில்
புரண்டழுது அடம்பிடிக்கும்
குளிப்பாட்டித் துடைத்தெடுத்த
நினைவுகள் அன்றாடம்

விழிப்பைச் சுற்றிலும்
பசித்த மலைப்பாம்புகளாகத்
தொங்கிக் கொண்டிருக்கும்
பயத்தின் நாவுகள்
இருள் வனத்தில்
மின்மினிப்பூச்சிகளாகி
பறந்துகொண்டிருக்கும் உயிர்

மனம் கவ்விப் பறக்கும்
பெரும் பறவையொன்றின்
வெளிர்வண்ண இறகுகள்
உதிர்ந்து கிடக்கும்
வற்றிய ஏரியில்

வானம் உரசிப் பறக்கும்
முன்பு அமர்ந்து மீன் தின்ற
பறவைகளைப் பார்த்து
வரப்போகும் மழைக்காலத்தை
எண்ணிக்கொண்டது ஏரி

காட்டு இலை உதிரும்

பச்சை மரமெரிய
பசுங்கிளியும் கண்ணீர் சிந்த
பசும்பயிரும் சோலைகளும்
பத்தி எரியுதம்மா

கல்லுல எழுதிவச்சேன்
கரையாதுயின்னுருந்தேன்
கல்லும் விழுந்ததென்ன
கரைஞ்சது போனதென்ன
களத்துக்குப் போனவரு
காணாமல் போனதென்ன

வெள்ளையடிச்ச வீட்டில்
வேதனைய சேத்துவச்சேன்
புள்ள வளரட்டும்னு
பொறுமையா காத்திருந்தேன்
புள்ள வளர்ந்த பின்னும்
போர் மேகம் ஓயலையே

ஒத்த மகனோட
உசிருக்கும் காலம் முட்டும்
மகிழ்ந்து இருப்போமுனு
மனசுல எழுதிவச்சேன்
மணிக்கொருக்கா படிச்சிருந்தேன்
மகனும் களம் போனான்
மறுபடியும் தனியானேன்.

ஊரே திடலாச்சே
ஓயாதா போர்ச்சத்தம்
வாழ்வப் பறிச்சுகிட்டு
வனத்துல புலம்பவிட்டான் - என்
கண்ணீர் உதிரும்போது
காட்டு இலை உதிரும்
கள்ளிச்செடி பால் வடிக்கும்

ஊரு உலகம்போல
எம் பொழுது விடியாதா?
ஓஞ்சிருச்சு சண்டையினு
உள்ளம் குளிராதா
வனத்துல அலைஞ்சாலும்
இனத்துல சேரனுமுன்னு
உசுரப் புடிச்சிருக்கேன்
ஊருபோயி மூச்சுவிட

நாகரிகப் பெருநகரம்

பாதையோர
நடைமேடையில் கிடக்கிறாள்
பண்டங்கள் திருடியபின்
வீசப்பட்ட பையாக
பிச்சைக்கார மூதாட்டி.
எல்லோரும் பார்த்துச் செல்கிறார்கள்
இடுங்கிய கண்களின்
பசிப்பார்வையை அல்ல
உடுத்திய கந்தல்
துணியின் விலகலை
நாளுக்கு நாள்
நாகரிகம் வளர்கின்ற
நவீன பெருநகரில்

வெயிலைச் சுமக்கும் பெண்கள்

எங்களின் களவாடப்பட்ட பொழுதுகளின்
உயரங்களில் நின்றபடி
பொய்யை மிகவும் பொய்யாய்ப் புகழ்ந்து
பொய்மயமான புகழில் திளைத்து
எமது உருவம் நிறத்தை வெறுத்த உமது
இழிசொல் துரோகம் ஏளனப் பார்வைகள்
எம் நகக்கண் அழுக்கே! அசிங்கம் உமக்கே!

குளிர்ந்த இருளும் மண்ணின் மாண்பும்
அடர்நிழல் இதழும் முகிலின் குளுமையும்
குழைத்த நிலத்தில் விழுந்த வித்தாய்
விளைநிலங்களில் உயிர்த்தோர் நாங்கள்
வெயிலைச் சுமந்து கறுத்தோர் நாங்கள்
எமது இருமை உமது விடியல்
எத்தனை யுகங்களாய்த் தொடரும் கொடுமை?

வலிமை

சமைத்துக் கொண்டிருக்கிறாள்
புன்னகையுடன்
உதிரம் கசிந்து கொண்டிருக்கும்போது

பரிமாறிக் கொண்டிருக்கிறாள்
நேசத்துடன்
நேர்மையற்ற நடைமுறையின்
ரகசியங்கள் அறிந்தும்

பொறுத்துக் கொண்டிருக்கிறாள்
பிரியத்தின் பெயரால்
இருந்தும் இல்லாத
இருப்பின்மை வலியை

காப்பாற்றிக் கொண்டிருக்கிறாள்
அமைதியை
நியாயத்தின் சொற்கள் விழுங்கி

வாழ்ந்து கொண்டிருக்கிறாள்
எடுத்தல் கொடுத்தல்
வைத்தல் தூக்கி எறிதல் என
ஜடப் பொருள்களின்
நிலையாக்கப்பட்டதை
சகித்துக்கொண்டு
மனுசியாய் உயிருடன்

எண்ணப்படுகிறாள்
எழுதப்படுகிறாள்
காட்சியாக்கப்படுகிறாள்
பெண் பலஹீனமானவள் என
எல்லாவற்றிலும்
பல ஹீனமானவர்களால்

நீங்களும் நனைவீர்

ஜென்மம் முழுதும்
செலவழித்தே வாழ்ந்தாலும்
தீரப் போவதில்லை
அவமதிப்புகளால் பொறிக்கப்பட்ட
என் துயர நாணயங்கள்

என் ஒரு கரத்தை
இன்னொரு கரத்தால்
பற்றிக்கொண்டு
எழுந்து நிற்பது உங்களை
சபிக்கவோ... முந்திச்செல்லவோ... என்ற
அச்சம் பதற்றம் அறவே தவிர்ப்பீர்
வாழ்வதற்காக மட்டுமே

எரியும் காட்டில்
தீச்சுடர் பார்க்கத்
திரளும் கூட்டமும்
நனைந்து மகிழும்
மழைநாள்... வரும் எமக்கும்

ஆடாதார் உண்டோ

அடித்து நொறுக்கிய கோடை மழை
தடுப்பைத் தள்ளியோடும் ஆற்றின் உற்சாகம்
மண்வாசத்தை அள்ளிக்கொண்டு
கிறக்கத்துடன் வீசும் குளிர்க்காற்று.
கன்னத்தில் தூறல் தெறிக்கும்
ஜன்னலோரப் பயணம்.
கட்டடக் காட்டில் தொலைத்த
கவிதைகளின் சிரித்த முகம்
சொர்க்கமென அறியாது அங்கும்
வருத்தத்துடன் வாழ்ந்திருந்த
நினைவுகளின் நகைச்சுவை.
தீப்பிடித்த வனங்களிலும்
திசையறியாத திசைகளிலும்
தப்பி வந்த தனி மகிழ்வு
கூடிக் கலந்தாடும் கொண்டாட்டம்.
பற்றியப் படர்ந்து திக்குமுக்காட வைக்கும்
திருவிழா நேசமன்றோ
நியூட்டன் கண்டறியாத
மன ஈர்ப்பு விசை
காதலொரு கலைக்கூத்தாடி
சலங்கையின் முத்துக்கள் பாடல் வரிகள்
ஒலியோ இசை வெள்ளம்
ஆடாதோர் உண்டோ
இவ்வரங்கில் சொல்

பிம்பத்தின் ஞாபகங்கள்

துவைத்துக் கொண்டிருந்தது
சமைத்துக் கொண்டிருந்தது
குளித்துக் கொண்டிருந்தது
பேருந்தில் நின்று கொண்டிருந்தது
பாடம் நடத்திக் கொண்டிருந்தது
சாப்பிட்டுக் கொண்டிருந்தது
எழுதிக் கொண்டிருந்தது
அரங்கில் அமர்ந்து
ஒலி பெருக்கியில் உரைத்துக் கொண்டிருந்தது
வீடு திரும்பிக் கொண்டிருந்தது
இன்னும் பல
இன்றைய எனது
எல்லா பிம்பங்களும்
தோன்றி மறைந்தன
உறங்குவதற்கு முன்பான
என் பிம்பத்தின் ஞாபகத்தில்

சாம்பல் பூத்த நெருப்பு

குறுக்குத் தூணொன்றில்
கட்டி தொங்கவிடப்பட்ட
கயிறுகள்
ஆடிக்கொண்டிருக்கின்றன
நாடாளுபவர்களின்
நாக்கிற்கு கீழும்
நாகரிகத்தின்
உச்சந்தலைக்கு மேலும்

தென்திசையில் ஆடிக்கொண்டிருக்கும்
அவற்றின் எதிர்த்திசையில்
பரிதவித்து நிற்கவைக்கப்பட்டுள்ள
துணைக் கண்டத்தின்
கௌரவத்தின் உயிர்கேட்டுக்
கயிறுகள்
ஆடிக் கொண்டிருக்கின்றன

பிறர்வலி உணரும்
பிரியமானவர்களின்
ஞாபகங்களை உரசிக் கசியும்
ரத்த எரிச்சலில் உல்லாசமாக
கயிறுகள்
ஆடிக் கொண்டிருக்கின்றன

தாமதிக்கப்பட்டு மறுக்கப்பட்ட
நீதியின் குரல்வளைகளே
மிகவும் பிடிக்குமென
பிடிவாதம் செய்யும் அவற்றின்
சுருக்கை எரிப்பதற்கு
தங்கையொருத்தி
தன்னையே எரித்து
சாம்பலாய் உதிர்ந்தாள்

அவளின் சாம்பலில்
பிசிறுகள் கருகி
பின்வாங்கிக் கொண்ட
கயிறுகளை எரிக்கும்
பெருந்தீ இப்போது
சாம்பல் பூத்த கங்குகளாய்
மனிதநேய நெஞ்சம்தோறும்.
கயிறுகள் இப்போதும்
ஆடிக் கொண்டிருக்கின்றன
எரிவதற்காக மட்டும்

மறுநாள் காட்சிகளில்...

காய்ந்த குருதியின்
திட்டுகள்போல் தெரிகின்றன
வீழ்ந்து கிடக்கும்
சிவப்பு மலர்களின்
உதிர்ந்த இதழ்கள்

தூக்கியெறியப்பட்டதில்
துண்டிக்கப்பட்ட உறுப்புகள்
மாட்டிக் கொண்டிருப்பதுபோல்
தெரிகின்றன
இலவம் பஞ்சு மரத்தின்
முற்றி வெடித்த காய்கள்

சிதறிய மகிழுந்தின்
சில்லுகள்போல் தெரிகின்றன
மேகங்கள்
குழந்தையின்
சடலம்போல் தெரிகிறது
முள் மரத்தடியில் கிடக்கும்
உடைந்துபோன பொம்மை
வெடிச்சத்தம் கேட்டதும்
பதறிப் பறக்கும்
பறவைகள் போல் தெரிகின்றனர்
ஏதாவது நிகழ்வதற்கு முன்
வீடு சேர அவசரமாய்
நடந்துகொண்டிருக்கும் மனிதர்கள்

ரத்தச் சிதறல்களை
அள்ளிவந்ததுபோல் தெரிகிறது
சூர்யோதயம்
குண்டு வெடித்ததற்கு
மறுநாள்

நம் வழி

அசுத்தநீர் தேங்கிய பள்ளங்கள்
ஆங்காங்கே குவிக்கப்பட்ட குப்பைகள்
கழிப்பிட வசதியற்றோரின்
இரவு நேர கழிப்பிடமாகும்
இருபக்கச் சாலையோர
மலத்தின் அருவருப்போடு
நாசி சுருங்கி... கால் கூசி
நடந்து செல்லும்
நாங்கள் கடக்கும் இடங்களை
எந்தச் சிரமமும் இன்றி
நொடியில் கடந்து செல்கிறது
உங்கள் வாகனம்.
நடந்து செல்வதில்
ஒவ்வொரு நாளும்
எங்களுக்குள்ள சிரமம்
அவ்விடத்தை வாகனத்தில்
கடக்கும் உங்களுக்கு
இருப்பதில்லை
நாம் ஒரே வழியில்தான்
சென்றுகொண்டிருக்கிறோம் நாள்தோறும்

பொருந்தா மனம்

எழில் மிளிர வடிவமைக்கப்பட்ட
ஆடைகளின் உலகம்
எல்லோரையும் வாங்கக் கூப்பிடும்
கண்ணாடிக் கடையின் வாசலில்
புத்தாடை அணிவிக்கப்பட்ட
தலையற்ற மனிதபொம்மை
ஒரு மனித பொம்மையைத்
தலையற்று உருவாக்குபவரின்
மனநிலை குறித்த அச்சத்துடன்
நடந்துகொண்டிருக்கிறேன்

என்மீது
சேற்றை வாரி
இறைத்துவிட்டுப் போகிறதொரு வாகனம்

கனவுகள் ஏதுமற்று

பெருவெள்ளச் சுழல்களில் சிக்கி
உள்ளிழுத்துச் செல்லப்படும்
நீந்தப் பழகாத கன்றுக்குட்டியின்
உயிர்ப்போராட்டத்துடன்
விடியும் பொழுதுகள்

அசதியுறும்போதெல்லாம்
அவமதிக்கப்பட்ட பிரியங்களின்
உறைந்த ரத்தக்கட்டிகள்மீது
சற்றயர்ந்து கண்மூடிக் கொள்கின்றன
ஞாபகங்கள்

தன்காட்டில்... தன்கூட்டில்...

வனம் தணிந்து
பறவையெல்லாம்
வந்து மீண்டும் சேர்ந்திடனும்
தன் கட்டில்... தன் கூட்டில்...
அகமகிழ்ந்து வாழ்ந்திடனும்

எட்ட நின்று சூசகமாய்
எரியவிட்டுப் பார்ப்போரெல்லாம்
எவ்வுயிரும் தம்முயிராய்
எண்ணும் மனம் பெறவேண்டும்

வயல் தூர்ந்து திடலான
நிலம் மீண்டும் செழித்திடனும்
இளம் நாற்றும் பூங்காற்றும்
உரையாடி களித்திடனும்

தத்தளிப்போர் கரைசேர
கரையிலுள்ள கல்நெஞ்சோர்
மனத்துடுப்பு இடவேண்டும்
தன் நாட்டில் தன் மக்கள்
உடனிருக்கும் நிலை வேண்டும்

வனம் தணிந்து
பறவையெல்லாம்
வந்து மீண்டும் சேர்ந்திடனும்
தன் காட்டில்... தன் கூட்டில்...
அகமகிழ்ந்து வாழ்ந்திடனும்

இந்தக் கோடையில்

வரிசையற்று அடுக்கப்படாமல் கிடக்கின்றன
முடிவற்ற குழப்பங்களின் இழப்புகள்
பின்தொடரும்
அழுகுரலில்
உயிர்கரைந்து
ஒரு பிணம் நடந்துகொண்டிருக்கும் வீதியில்
உண்மை குழந்தையைப் போன்றது
அதை விட்டுவிட்டு
வெளியேறுவது சுலபமானதல்ல

தழைத்திருந்த மரத்தைத் துண்டிட்டு
காசாக்கியபின்
நிழலுக்கேங்கும் சுடுமனதுடன்
எதையும் எவரிடமும்
சொல்லிக்கொள்ள முடியாது
வாழ கற்றுக்கொண்டிருக்கிறோம்.

போர்க்களத்தில்
ஒரு துப்பாக்கிக்குண்டு
துளைக்காமல் போனதால்
வதை முகாம்களில் வாழநேர்ந்த
மரண ஏக்கம்
ஏமாந்த மனநிலை

அன்பிற்கு நேர்மையாக
நடந்துகொள்ள முடியாதவர்களால்
துன்புறுவோர் நிலைபார்த்து
வெப்பத்துடன் மண்ணை
இறைத்துக் கொண்டிருக்கிறது காற்று
கோடை முழுதும்

ஆவியாகும் சொற்றொடர்கள்

காலம் கரைத்து...
கொதிக்கும் குழம்பில்
வெந்து மிதக்கின்றன
நறுக்கிப் போட்ட
வார்த்தைகள்

அள்ளித் தாளித்த
எழுத்துகள்
மணம் கூட்டுகின்றன

ஆவியாகி
மேலே போய்க்கொண்டிருக்கின்றன
சொற்றொடர்கள்
பரிமாறிக் கொண்டிருக்கிறேன்
மகிழ்வுடன் நாள்தோறும்

பறத்தல்

நான் உழைத்த காசுகள்தான்
என் தட்டிலுள்ள பருக்கைகள்
எழுதுகோலை வீசிவிட்டு
எவர் முன்பும் மண்டியிடா
துணிவெனது தோழமை
எவருக்கும் சொறிந்துவிடா
இன்பத்தமிழ்ச் சொற்கூட்டம் எனதுறவு
கவிதை விளைகின்ற
காற்று வெளியெல்லாம்
என் சொத்தும் சுகமும்
பொந்தொன்றில் போட்டடைத்து
பாதுகாத்து நின்றாலும்
என் பறத்தலை யாராலும்
நிறுத்திவிட முடியாது
என் இறக்கைகளும் கவிக்கூடும்
சாதாரண கண்களுக்கு
சாத்தியப்படாதவை

துணை

சுமையற்று வைத்திருக்கவே விரும்புகிறேன்
எனது தோல்பையை
எப்போதும்

பள்ளிக்குறிப்போடு மதிய உணவு
தண்ணீர் பாட்டில் திறவுகோல் கொத்துகள்
கைபேசி இப்படியாக
காலையிலேயே கனத்து
அழுத்தத் தொடங்கிவிடுகிறது தோளினை

மாலையில்
காய்கறி, பால், தின்பண்டமென
இன்னும் கூடுதல் கனத்துடன்
மனதைப்போல

வீடு சேர்ந்ததும்
ஓய்வுகேட்டு மன்றாடும் உடலை
துக்கத்திற்கு செல்லவும் அனுமதிக்காத
கருணையற்ற முதலாளியாக
வீட்டுப்பணி செய்யப் பணிக்கிறது மனசு

இடையில்
கொட்டாவியுடன் வரும் உறக்கமோ
நான் வரும்போது
நீ தூங்குவதில்லை என்று
கோபித்தபடி போய்விடுகிறது

விழித்திருக்கிறேன்
இறக்கையில்
பாறாங்கற்கள் கட்டப்பட்ட
பறவைகளின் கனவு
இன்றைக்கும் வரக்கூடும்
என்ற அச்சத்துடன்

இளையராஜாவின்
இசைச் சிறகோடு
பறந்து களிக்கும்
பழக்கத் துணையால்
இன்றளவும்
வெடிக்காமல் இருக்கிறது
இதயம்

நினைவு

நையப்புடைத்து
கொன்றெறிந்தாலும்
காற்றைக் குடித்து
மெல்ல உயிர்த்து
கள்ளத்தனமாய் ஊர்ந்து வந்து
உள்ளம் தீண்டும்
பொல்லா அரவம்.

கூரிய நகங்களால்
இதயம் கீறி
குருதி குடிக்கும்
கொடிய பறவை

அறுக்கமுடியா தொப்புள்கொடி
மடங்கின் மடங்காய்
பெருகும் பித்து
பேரலை சிக்கிய
உயிரின் தவிப்பு

மௌனச் சுவரில்
மோதி மோதி
மனவலி பெருகும்
துன்பம் தவிர
வருத்தம் என்று
ஏதுமில்லை.
ஞாபகங்கள்தான்
ஓய்வதேயில்லை...

நானும் நானும்

செவிப்பறை கிழிக்கும்
இரைச்சல்களில்தான்
அமைதியற்ற
நித்திய பிழைப்பு

நீர்நிலைக்கரையின்
மரநிழல் அமைதி
ஒவ்வொரு பொழுதின்
உள்ளத்தவிப்பு.

கனன்று கருகி
நேசக்குருதி
கண்ணுறங்காது
கனவுகள் எரிக்கும்
இனிய அருவியின்
நினைவுக்குளிரில்
இதயம் தனித்து
நீந்திக்களிக்கும்

புழுதிக்காற்று
நெரிசலில் அலைந்து
வலியில் புலம்பும்
மெல்லுடல் விட்டு
வனத்தில் திரிந்து
வானில் பறந்து
குன்றுகள் மலைகள் சிகரம்தொட்டு
கூடடையும்
என் கவிதைச்சிட்டு

தோழியின் கடிதத்திலிருந்து...

அன்பு இளம்பிறை...

தொரட்டுக்கோலோடும்.. தூக்குச்சட்டியோடும் யாருமற்ற மேய்ச்சல் வெளிகளில் பாடும். மேய்ப்பவனின் பாடல்போல் எளிமையானவையாக இருக்கின்றன உங்கள் கவிதைகள். அவை அன்றாடங்களின் புலம்பல்களையும் எதிர்பார்ப்புகளையும் ஏமாற்றங்களையும் எவ்வித அலங்காரங்களும் இல்லாமல் உரத்துச் சொல்கின்றன. இதுவே உங்கள் கவிதைகளின் பலமாகக் கருதுகிறேன்.

"சக மனிதர்களை
நம்பும் மனிதர்க்கென
அவ்வப்போது
நனைந்து குளிர்கின்றன
நகரத்து தார்ச்சாலைகள்"

என முடியும்
"என்றைக்கும் பெய்யும் வான்" கவிதை நம்பிக்கையின் உச்சம்.

"வெள்ளக்காட்டில் வேறுபாடின்றி
மிதக்கின்ற பிணங்களிலிருந்து
தன் சாதிப் பிணங்களை
பொறுக்கி பொறுக்கியே
தலைவர்கள் இங்கே
அரசியல் நடத்தட்டும்"

என்ற வரிகளில் உயிரைக்குடிக்கும் சாதி அழிந்துபோகாத வேதனையின் கண்ணீர்.

"கதைகள் பல கடந்து" என்ற கவிதையில், பெண்களின் உயர்வுக்கு எதிராக கட்டவிழ்த்துவிடப்படும் கற்பனைக் கதைகளை கடந்து வரும் வலி சாதாரணமானதல்ல.

"பச்சை விறகுகளை
கழுத்து நடுங்க
கட்டிச் சுமந்த
வயிற்றுப் பிள்ளைக்காரி
வீடுவந்து சேர்ந்ததைப்போல்
பதற்றமற்ற
இந்நிலைக்கு வந்துசேர நீங்கள்
உருவாக்கிப் பேசிக்கொண்டிருந்த
எத்தனையோ என் கதைகளை
கடக்கும் படியாயிற்று நான்"

என கவிதையாக வருந்துகிறது இளம்பிறையின் மனம்.

ஆண்களின் குடிப்பழக்கத்தால் சீரழிகிற பெண்களின் வாழ்வை தத்ரூபமாகச் சொல்கிறது. 'அக்கா' கவிதை.

"நெற்றி புடைத்திருப்பதற்கும்
பின் கழுத்தில் முடியோடு
ஒட்டி உலர்ந்திருக்கும்
ரத்தத்திற்கும்
குளியலறையில்
வழுக்கி விழுந்ததாகக்கூறி
மறைத்துக்கொள்வாள் கண்ணீரை"

என வாசிக்கும்போதே கண்ணீர் மல்க வைக்கிறது.

"சென்னை மழை"யில்
உணவும் நீயே
உற்பத்தி நீயே
வள்ளுவன் சொன்ன
வான் சிறப்பெங்கே
இப்படி அடித்தால்
எப்படி பொறுப்போம்
அளவாய் அளவாய்
பொழிவாய் அமுதே"

என, வானிடம் இறைஞ்சி வேண்டுகோள் வைக்கிறார்.

இத்தொகுப்பில் "பறவையே வாழ்ந்திருக்கலாம்" கவிதை சொல்கிற முடிவில் எனக்கு உடன்பாடில்லை. எனக்கு பறவையும் பறக்க வேண்டும். பெரும் விபத்தைச் சந்தித்து, மீண்டும் உயிர்த்து, பெருங்கொடையாக கிடைக்கப்பெற்ற உங்கள் வாழ்வும் கொண்டாடப்பட வேண்டிய வாழ்வாக தன் பறத்தலை எழுதும் இளம்பிறையும் எப்போதும் வேண்டும்.

மருதாணிக்கோன்களைக் கொண்டு ஐம்பது ரூபாய்க்கு கையில் பல வடிவங்களை வரையும் வடக்கத்திய இளைஞர்களிடம் மருதாணி வைத்துக்கொண்டாலும்.. இலை இலையாக மருதாணி பறித்து புளியும் பாக்கும் வைத்து அரைத்து விரல்களுக்கு தொப்பி அணிவதும்... அதை வைத்துவிட வாஞ்சையாக ஒரு மனுஷி கிடைப்பதும் அற்றுப்போய்விடவில்லை. நான் உங்களை சந்திக்கையில் அப்படி வைக்கப்பட்ட மருதாணி, உங்கள் நகங்களில் பிறைநிலவாக இருந்ததை உங்கள் கைகளை பற்றிக்கொள்ளும்போது பார்த்தேன். அத்தனை இணக்கமான உங்கள் கரங்களிலிருந்து தன்போக்கில் சிறகடிக்கும் பறவை ஒன்றை எப்போதும் பார்க்கிறேன் இளம்பிறை.

அன்புடன்

சரஸ்வதி காயத்ரி

05.03.2018

மடிப்பாக்கம், சென்னை